Masimulizi Kamilifu ya Alfu Lela U Lela

Au Siku Elfu Moja na Moja

4

Masimulizi Kamilifu ya Alfu Lela U Lela

Au Siku Elfu Moja na Moja

4

Mfasiri

Hassan Adam

MKUKI NA NYOTA
DAR–ES–SALAAM

KIMECHAPISHWA NA
Mkuki na Nyota Publishers Ltd,
S.L.P. 4246, Dar es Salaam, Tanzania
www.mkukinanyota.com

© Hassan Adam 2007

Toleo Jipya, 2016

ISBN 978-9987-449-29-3

Tembelea tovuti yetu www.mkukinanyota.com kujua zaidi kuhusu vitabu vyetu na jinsi pa kuvipata. Vilevile utaweza kusoma habari na mahojiano ya waandishi pamoja na taarifa za matukio yote yanayohusu vitabu kwa ujumla. Unaweza pia kujiunga na jarida pepe letu ili uwe wa kwanza kupata taarifa za matoleo mapya zitakazotumwa moja kwa moja kwenye sanduku la barua pepe yako.

Vitabu vya Mkuki na Nyota vinasambazwa nje ya Afrika na African Books Collective.
www.africanbookscollective.com

Yaliyomo

Utangulizi

Hakika asasi ya hadithi za *ALFU LELA U LELA* ni Asia hasa Arabuni, Bara Hindi na Ajemi. Asasi hii inasemekana imetoka katika kitabu kimoja cha Ki-Persia cha hadithi za majini kiitwacho *Hazar Afsanah* (Visa Elfu Moja) kilichotafsiriwa Kiarabu mwaka 850. Wanazuoni wa sasa waliotafiti zaidi juu ya hadithi hizi wanasema kuwa chimbuko hasa la *ALFU LELA U LELA* ni Bara Hindi na Persia. Walakini, wasimulizi wa nchi mbalimbali wa hadithi hizi, kila walipozisimulia, waliongeza hadithi na visa vingi vya kikwao mpaka zikaongezeka idadi na kuwa vitabu chungu nzima!

Hadithi hizi zipendwazo sana na walimwengu na zilizotafsiriwa kwa lugha nyingi, zimeletwa Ulaya, kwa mara ya kwanza, na Mfaransa Antoine Galland (1646-1715) aliyekuwa na taaluma ya mambo ya Kiarabu na aliyesafiri sana Mashariki ya Kati nyakati hizo; halafu zikatafsiriwa kwa Kijerumani mwaka 1865 na Gustav Weil, mtaalamu wa Mashariki ya Kati.

Ijapokuwa hadithi hizi zilitafsiriwa kwa Kiingereza, kwa mara ya kwanza (1706-8) na mtu asiyejulikana, tafsiri kamili kwa lugha ya Kiingereza ilifanywa na John Payne (1882-4). Walakini, tafsiri iliyopendwa zaidi ni ile ya Sir Richard Burton ya madutu 10 ya mwaka 1885-6.

Hadithi hizi, ambazo zilitoweka hapa baada ya Uhuru, zilitafsiriwa kwa lugha ya Kiswahili na Edwin W. Brenn katika mwaka 1928 kwa uongozi, ufupishaji, na uhariri wa F. Johnson. Wao walizifupisha wakazibadili (kwa mfano safari ya saba ya Sindbad) kwa sababu zisizojulikana.

Mimi, katika toleo hili jipya, nimetoa tafsiri mpya kutoka katika vitabu vya lugha mbalimbali bila kuzihariri wala kuzifupisha isipokuwa sehemu fulanifulani tu ambazo nimeona huenda zikaeleweka vibaya.

Kwa kuwa hadithi hizi ni za asili ya Kiarabu, nimejaribu kutumia maneno fulanifulani ya asili ya Kiarabu kama yaandikwavyo au yatamkwavyo kwa lugha hiyo na kama yalivyotumiwa katika tafsiri nyingi. Walakini, maneno hayo nimeyaeleza kwa Kiswahili katika faharisi kama yajulikanavyo na yalivyoandikwa katika Kamusi ya Kiswahili Sanifu.

Sina budi kusisitiza humu kuwa kabla Wareno, wazungu wa kwanza kukanyaga mwambao wa Afrika Mashariki mnamo mwaka 1498 kwa uongozi wa nahodha Vasco da Gama wakivinjari Afrika wakitafuta njia ya kuelekea Bara Hindi, Waswahili, toka enzi na enzi, waliingiliana na wafanyabiashara na mabaharia kutoka Ajemi (Persia), Arabuni, na Bara Hindi. Kuna ushahidi kamili wa kihistoria unaothibitisha pia kuwa hata Wachina na Wa-Indonesia wa kale walifika mwambao wa Afrika Mashariki kuitwako Uswahilini. Hivyo basi, ngano, visa, na hadithi nyingi za Kiswahili zilizosimuliwa na Waswahili toka enzi za kale, kuna nyingi zilizoathiriwa na nchi hizo, na kuna za asili ya nchi hizo ambazo, baada ya miaka nenda, mwisho zikawa za Kiswahili. Kwa hiyo, kuzikana au kuzifutilia mbali ni kinyume cha kanuni za fasihi. Haiwezekani, kwa mfano, kwa sababu fulani fulani, ngano, hadithi au visa vya Kizulu, Kirusi au Kijapani, vikabadilishwa na kudai kuwa ni vya Kiingereza, Kiarabu au Kichina! Fasihi ikiwa ni nzuri, hutafsiriwa kwa lugha nyingi za dunia kwa manufaa ya walimwengu. Lakini fasihi hiyo hubaki ya asasi yake. Hivyo basi, nimeona ni kheri picha za tafsiri hii mpya ya *ALFU LELA U LELA* ziwe za kiasili kama zilivyochapishwa katika matoleo ya kwanza ya lugha mbalimbali kwani Shahrazad au Sindbad hawakuwa wa asili ya Kiafrika!

Kwa kumaliza, naishukuru familia yangu kwa uvumilivu wao wa kuukabili upweke wakati nilipokuwa nikitumia wakati wangu mwingi kuzitafsiri ofisini hadithi hizi, wakati ambao wangefurahi kuwa nami. Shukrani za dhati nazitoa pia kwa ustadh Omar Babu, M.A., mhadhiri wa Kiswahili katika Chuo Kikuu cha Cologne, Ujerumani, kwa kuupitia mswada huu, na kwa ushauri wake. Kwa kumalizia, tafsiri hii isingewezekana kama si nafasi na msaada wa hali na mali niliopewa na Taasisi ya Taaluma ya Kiafrika, Chuo Kikuu cha Cologne, Ujerumani.

Hassan Adam
Cologne, Ujerumani
24 Julai, 2005

Kisa cha Khawajah Hassan Al-Habbal

Ewe Khalifa wa Waumini, alianza Khawajah Hassan, kwa kukueleza njia iliyonitajirisha hivi, sina budi kwanza kukueleza juu ya rafiki zangu wawili wapenzi, ambao ni wakazi wa jiji hili la Baghdad, na ambao walihusika na utajiri wangu, na wanaoweza kukuthibitishia ukweli wa hayo nitakayokusimulia, kwani baada ya Mwenyezi Mungu, ni wao ndiyo niwashukuruo kwa mafanikio yangu.

Rafiki hawa wawili mmoja anaitwa Saadi, na wa pili anaitwa Saad. Saadi aliye tajiri zaidi kuliko mwenzake, aliamini kuwa furaha katika maisha duniani inasababishwa na utajiri alio nao mtu unaomfanya asimtegemee mwingine yeyote kwa chochote wala kwa lolote.

Saad, kwa upande mwingine, alikuwa na fikra kinyume kabisa na ile ya mwenzake. Yeye, japokuwa anaamini utajiri ni muhimu kwa kuendesha maisha ya raha na starehe duniani, lakini, anasema, kinachohitajika zaidi katika maisha ya mwanadamu ni jitihada ya kufanya kazi kwa bidii na kuwasaidia wenye shida. Hivyo ndivyo, aendeshavyo mtu maisha maridhawa.

Watu hawa wawili ni sahibu wakubwa wapatanao sana isipokuwa kwa suala hilo la jinsi utajiri upatikanavyo.

Siku moja, katika mabishano yao, Saadi alisema, maskini ni maskini kwa sababu ama amezaliwa katika umaskini, au amefuja mali aliyoirithi, au ameupoteza utajiri wake kwa bahati isiyo ya kawaida ambayo haizuiliki. "Maoni yangu," aliendelea Saadi, "ni kwamba maskini wengi ni maskini kwa sababu hawakuweza kukusanya idadi kubwa ya fedha kuwatoa katika umaskini. Naamini kuwa wangekuwa na uwezo wa kukusanya fedha za kutosha, baada ya muda, wangeweza kuwa matajiri sana."

Lakini Saad alisema, "Siafiki hata kidogo hayo unayoyasema japokuwa mimi naelewa kuwa niyaaminiyo yataendeleza siku zote ubishi na mjadala huu baina yetu. Mimi naamini kuwa kuna uwezekano mwingine wa maskini kutajirika bila kuwa na rasilimali ya fedha. Watu, wakati mwingine, hutajirika ghafla kwa bahati nzuri isiyotazamiwa inayowajia ghafla kuliko kuwa na fedha kama usemavyo wewe."

"Saad," alijibu Saadi, "kwa kuwa siwezi kukushawishi ukakubaliana na hayo niyasemayo kila siku, mimi mwenyewe nitafanya jaribio la kukuthibitishia kauli yangu kwa kumpa idadi fulani ya fedha mtu maskini mwenye pato la chini aliyezaliwa katika hali ya kimaskini ambaye, kwa jinsi anavyoendesha maisha yake, hana dalili yoyote ya kujiendeleza mbele kifedha mpaka kufa kwake. Nisipofanikwa, tutaona kama hayo uyasemayo wewe yanaweza kumtajirisha maskini huyo."

Baada ya kubadilishana maneno haya, siku moja rafiki hawa wawili walikutana tena. Katika matembezi yao kwenye ule mtaa nilikoendesha kazi yangu ya kusuka na kutengeneza kamba – kazi niliyoirithi kutoka kwa baba yangu – walifika karibu yangu. Nguo kuukuu nilizovaa ziliwathibitishia kuwa, bila shaka, mimi ni mtu fukara sana.

Saad aliyekumbuka ubishi wa Saadi na ahadi aliyoiweka, alimwambia mwenzake, "Kama umesahau ule ubishi wetu, yule pale mtu ambaye, kwa muda mrefu sana, nimemwona akitengeneza kamba na ambaye muda wote huo, hali yake kifedha haijabadilika. Ni maskini anayefaa kwa lile jaribio lako."

"Sikusahau," alijibu Saadi, "kwani toka siku ile natembea na idadi fulani ya fedha zinazofaa kwa jaribio hilo. Nilikuwa nikisubiri tu mpaka siku tutakapompata mtu anayestahili kupewa fedha hizo wakati wewe ukiwa unashuhudia."

Basi, wale rafiki wawili walinijia. Nilipoona wanataka kuongea nami, niliiacha kazi niliyokuwa nikiifanya, nikawaendea. Baada ya kusalimiana nao, Saadi alitaka kujua ninavyoitwa.

"Seyyid yangu," nilimjibu, "jina langu naitwa Hassan. Lakini, kwa sababu ya kazi niifanyayo, hujulikana kwa jina la Hassan al-Habbal."

"Hassan," alitamka Saadi, "ni wazi kuwa hakuna kazi ambayo haitoshelezi kumlisha yule aifanyaye. Nina hakika kuwa pato la kazi yako halitimizi tu mahitaji yako ya kila siku, bali linakuwezesha hata kujiwekea akiba ya kutosha, ama sivyo?"

"Seyyid yangu," nilimjibu, "utastaajabu kusikia kuwa licha ya kunitajirisha au kuniwezesha kuweka akiba, fedha nizipatazo kwa kufanya kutwa kazi yangu ngumu toka asubuhi hadi jioni, hazitoshi hata kununulia mikate na mboga kutulisha sisi watu saba: mimi, mke wangu, na watoto wangu watano. Ni vigumu kutosheleza mahitaji mengine muhimu ya kila siku. Hata hivyo, tunamshukuru Mwenyezi Mungu kwa hicho kiasi tukipatacho."

Nilipomjibu hivyo Saadi na kumweleza yote aliyotaka kuyajua, aliniambia, "Sioni ajabu; na sasa naelewa kwa nini umeridhika na hali duni uliyo nayo. Lakini je, nikikupa zawadi mfuko wenye sarafu mia mbili za dhahabu hutazitumia kuendeleza biashara yako ukawa tajiri kuliko wengine wafanyao kazi kama hiyo yako?"

"Seyyid yangu," nilimjibu, "kwa kuwa unaonekana muungwana, natumaini hunifanyii mzaha bali unamaanisha hayo unayoyasema. Mimi, kusema kweli, nahitaji fedha kidogo, si tu za kunitajirisha kuliko watengeneza kamba wenzangu wa hapa mtaani, bali baada ya muda mfupi, ningekuwa tajiri zaidi kuliko watengeneza kamba wote wa jiji zima la Baghdad!"

Palepale Saadi alinithibitishia alilolisema kwa kutoa mfukoni mwake mfuko, akanikabidhi akisema, "Huu hapa; ndani mna sarafu mia mbili za dhahabu. Insha-Allah, Mwenyezi Mungu atakujaalia kama vile nilivyosema. Ujue pia kuwa huyu rafiki yangu Saad na mimi tutafurahi sana siku moja tukisikia kuwa fedha hizi zimekufaa na kukuendeleza zaidi kuliko hivi ulivyo sasa."

Ewe Amiri wa Waumini, nilipoupokea ule mfuko, niliuhifadhi kifuani mwangu, nikamgeukia yule mfadhili wangu. Kwa ule wema wake, nilishindwa kutoa kauli ya kumshukuru ila nilishika tu upindo wa nguo yake, na kuibusu. Alinizuia nisifanye hivyo halafu yeye na mwenzake waliondoka, wakaenda zao.

Niliporudi kazini pangu, fikra yangu ya kwanza ilikuwa ni wapi salama ninapoweza kuzihifadhi zile fedha. Katika hali ya umaskini niliyokuwa nayo, kibandani mwetu hatukuwa na sanduku au kabati mwa kuzifungia zile fedha, wala hatukuwa na mahali pengine salama pa kuzihifadhi. Nikaona njia ya pekee ni kutumia ile waitumiayo maskini wenzangu nayo ni kuzificha kwenye kilemba.

Basi, niliondoka nikaelekea nyumbani kwenda kuchukua kilemba changu. Kabla sijazificha zile fedha ndani ya kile kilemba bila kuonekana na mke wangu wala na watoto wangu, nilitoa sarafu kumi kwa madhumuni ya kununulia mahitaji yetu ya siku ile. Zilizobaki nilizihifadhi katika mkunjo, halafu nikakipiga kile kilemba kichwani.

Saadi Akimkabidhi Hassan Al-Habbal Mfuko wa sarafu

Jambo la kwanza nililofanya siku ile, baada ya kupokea zile fedha, lilikuwa ni kununua ngano. Lakini, kwa kuwa hatukula nyama kwa muda mrefu, nilikwenda kwa muuza nyama, nikanunua nyama kwa ajili ya chakula cha jioni.

Wakati nilipokuwa nimeishika ile nyama nikielekea nayo nyumbani, ghafla, kwa kasi, lilishuka dege, na bila mimi kutazamia, liliivamia ile nyama iliyokuwa mkononi mwangu. Kama nisingeishikilia vizuri, lingeinyakua. Afadhali lingeichukua ile nyama! Lingefanya hivyo, ningekiokoa kilemba changu, kwani lile dege, kwa tamaa lililokuwa nalo ya kuipata ile nyama, liliniridia tena mara kwa mara likinitokea mara upande huu mara upande ule, bila kuipata ile nyama. Kwa bahati mbaya, katika kule kulikwepakwepa kwangu, kilemba kilianguka na lile dege lilikinyakua, likatoweka nacho!

Lile Dege Likanyakua Kilemba Changu

Ewe Amiri wa Waumini, unaweza kukisia jinsi nilivyohisi! Kelele zangu ziliwavutia majirani wote: wanaume kwa wanawake, na watoto kwa wazee, wakajaribu kulifukuza lile dege ili likiangushe kile kilemba changu; lakini wapi, lilitoweka nacho! Ilikuwa ni kazi bure kuliandama. Nikawa sina la kufanya isipokuwa kurudi nyumbani huku nimejaa huzuni kwa kupoteza kilemba changu na zile fedha nilizozificha mle ndani. Ilinibidi nichukue sarafu chache kutoka katika zile sarafu kumi ili ninunue kilemba kingine.

Yale matumaini yangu ya kununua nafaka yaliishia pale. Lililoniumiza zaidi ni ile fikra ya kujua kuwa wale wafadhili wangu huenda wakatokea wakati wowote wakisikia lililonisibu. Bila shaka hilo, nilifikiri, litamchukiza mfadhili wangu akijua kuwa zile fedha zake alimkabidhi mtu asiyekuwa mwangalifu.

Zile sarafu chache za dhahabu zilizobaki, ambazo sikuzitumia, nilizitumia kwa mke wangu na kwa wanangu. Sasa nilijikuta nimo katika hali ileile ya umaskini kama awali. Sikulalamika bali nilimshukuru Mwenyezi Mungu kwa kutamka, "Mwenyezi Mungu ndiye atoaye na ndiye achukuaye. Labda ananitahini mimi, ambaye, kwa muda mrefu, nilihitaji fedha. Alinipa kwa urahisi na akazichukua kwa urahisi. Namshukuru."

Hayo ndiyo yaliyokuwa mawazoni mwangu. Mke wangu, walakini, ambaye sikumwarifu awali, alikasirishwa sana na kile kitendo changu cha kuficha fedha ndani ya kilemba. Hata majirani zangu hawakuafiki kile kitendo changu cha kuweka katika kilemba sarafu za dhahabu zenye thamani na kuzipoteza kwa urahisi vile. Na kwa kuwa walijua umaskini tuliokuwa nao, na kwamba sikutambua jinsi ambayo ningeiondoa hali yetu ya kimaskini tuliyo nayo, walinicheka wakisema: kweli bahati ya mtu haiji mara mbili!

Miezi sita ilipopita tangu ile bahati mbaya ya kunyakuliwa na dege kile kilemba changu, wale marafiki wawili walitokea tena katika ule mtaa tulikoishi. Hapo Saad akanikumbuka, akamwambia Saadi, "Hapa tulipo hatuko mbali na pale anapoishi Hassan al-Habbal. Hebu twende tukamwangalie kama zile sarafu mia mbili za dhahabu ulizompa zimemwendeleza kikazi kuliko vile alivyokuwa awali."

"Sawa," alijibu Saadi, "kwani, hivi karibuni nimekuwa nikimfikiria. Nitafurahi kuona jinsi zile fedha nilizompa zilivyomtajirisha na kukuthibitishia ukweli wa yale niliyokwambia. Utashuhudia jinsi zile fedha zilivyombadilisha hali na mali. Bila shaka hatutamtambua kwa jinsi alivyotajirika!"

Wakati Saadi akiongea vile, wale marafiki wawili walijikuta wamewasili kwenye barabara yetu. Saad, aliyeniona kwa mbali, alimwambia rafiki yake, "Inaonekana kuwa umefanya haraka kusherehekea mafanikio ya Hassan al-Habbal. Naona kama hali yake haikubadilika hata kidogo, kwani bado amevaa nguo zilezile kuukuu alizovaa wakati tulipoongea naye wakati ule. Tofauti ni kwamba sasa kilemba chake kinaonekana *nadhifu* zaidi. Shuhudia mwenyewe kama ninayoyasema ni ya kweli au la."

Saadi, ambaye na yeye aliniona, kadiri alivyonisogelea, ndivyo alivyoona kuwa, yale yaliyosemwa na Saad, ni ya kweli na hakujua sababu ni ipi. Jambo hili lilimstaajabisha hata akashindwa kusema na mimi. Walakini, Saad aliniamkia, akaniambia, "Haya, Hassan tunataka kujua kama zile sarafu mia mbili za dhahabu tulizokupa zimekusaidia kujiendeleza kibiashara au la."

"Waungwana," niliwajibu, "kwa matakwa na matumaini yenu – na yangu – nasikitika kuwaarifu kuwa, hayakufuzu kama vile mlivyotazamia. Bila shaka hamtaamini nitakapowasimulia mkasa wa ajabu ulionipata. Lakini huo ndio ukweli, kwani Mwenyezi Mungu ndiye shahidi."

Basi, niliwaeleza yote yaliyotokea mintarafu zile sarafu.

Saadi ambaye hakuamini hata kidogo yale niliyowaeleza, akasema, "Hassan, unataka kunichekesha. Hilo unalolisema haliingii akilini hata kidogo. Madege hayanyakui vilemba, bali hunyakua nyama na huwinda chochote kiwaondoleacho njaa. Ni dhahiri umefanya kama wafanyavyo wengi waangukiwao na bahati wasiyoitazamia. Wao mara tu wapatapo bahati wasiyoitazamia kama hiyo, huacha shughuli zao, huenda kujistarehesha na kujifurahisha mpaka hizo fedha zinapomalizika. Zikiisha, hujikuta katika hali ileile ya ufukara waliyokuwamo awali. Na wewe, bila shaka, siku zote utakuwa katika umaskini kwani unaustahili kwa sababu msaada unaopewa hautakusaidia chochote."

"Seyyid yangu," nilimjibu, "sina budi kuyastahamili kwa uchungu mwingi yote hayo unayoniambia na mengineyo mengi. Lakini, hakika, siyastahili. Ukweli ni kwamba, mtaa mzima huu unalijua jambo hili na unaweza ukathibitishiwa na yeyote aishiye hapa. Kama huniamini, kaulize na utaambiwa ukweli na kwamba sikusema uongo. Nakubaliana nawe kuwa madege, kwa kawaida, hayanyakui vilemba. Lakini hilo, kusema kweli, ndilo lililonitokea mimi kama maajabu ya dunia hii yawatokeavyo wengi."

Hapo, Saad aliingilia kati kwa kuniunga mkono kwa kumwambia Saadi kuwa, mara kwa mara hutokea vitendo mbalimbali vya ajabu vitendwavyo na madege.

Basi, Saadi alihesabu tena fedha nyingine, halafu akaniambia, "Hassan, nakupa tena hizi sarafu mia mbili nyingine za dhahabu. Tafadhali zihifadhi mahali pazuri ili usipatikane tena na bahati mbaya ukazipoteza tena. Na ufikirie kuwa, kutokana na fedha hizi, ujitoe katika hali ya umaskini ambayo ungejitoa wakati nilipokupa zile mia mbili za kwanza."

Nilimhakikishia mfadhili wangu kuwa, mara ya pili, sitapatikana tena na lile janga lililonipata mara ya kwanza, na kwamba nitafuata ushauri wake. Nilitaka kumshukuru zaidi, lakini hakuniacha nifanye hivyo kwani, mara ileile yeye na mwenzake waliondoka, wakaenda zao.

Walipoondoka, niliifunga kazi, nikaelekea nyumbani ambako sikumkuta mke wangu wala wanangu. Nilitoa sarafu kumi kutoka katika zile sarafu mia mbili, nikaziweka kando. Zilizobaki nilizifunga vizuri kwa kitambaa, nikakiweka ndani ya mtungi mkubwa wa udongo uliojaa *wishwa* uliokuwa pembeni, nikiamini si mke wangu wala si watoto wangu watatafuta kitu mle.

Nikaziweka Zile Sarafu Ndani ya Mtungi

Baada ya muda, mke wangu alirudi. Na kwa kuwa tulikuwa na nafaka chache mle nyumbani, nilimwambia mke wangu kuwa nakwenda sokoni kuongeza nafaka bila kumwambia lolote juu ya wale rafiki wawili na zile fedha, nikatoka.

Huko nyuma, alitokea mtu mmoja aliyekuwa akipita njia akinadi namna ya udongo unaotumiwa na wanawake kutakasia mwili. Mke wangu, ambaye hakuwa na fedha, na ambaye hakujua ni kitu gani yule mtu alichokuwa akikinadi, alimwita, akamuuliza kama anataka kununua ule mtungi wa wishwa. Yule mtu akataka kuuona na mke wangu alimwonyesha. Walipopatana, mke wangu alipokea ule udongo, na yule mfanyabiashara alichukua ule mtungi wa mapepe akaenda zake.

Mfanyabiashara Akiuchukua Mtungi wa Wishwa

Nilirudi na nafaka nyingi kadiri nilivyoweza kununua iliyobebwa na hamali. Walipoziingiza ndani, niliwalipa, wakaenda zao. Kwa sababu ya uchovu wa kubeba zile nafaka, nilijipumzisha. Hapo nikapatupia macho pale palipokuwa na ule mtungi, nikaona haupo!

Ewe Amiri wa Waumini, unaweza kukisia jinsi nilivyoshtuka kuona ule mtungi haupo pale ulipokuwa siku zote! Mara ileile nilimuuliza mke wangu uliko. Alinieleza jinsi alivyobadilishana na mfanyabiashara mmoja, akiamini kuwa yeye ndiye aliyefaidika zaidi kwa kupata ule udongo maarufu wa kutakasa mwili kuliko ule mtungi wa wishwa!

"Ewe mwanamke usiye na bahati!" nilimpigia kelele mke wangu. "Huwezi kukisia hasara uliyotutumbukiza kwa mabadilishano hayo uliyoyafanya na huyo mfanyabiashara! Wewe uliamini umeuza mtungi wa wishwa. Lakini umemtajirisha huyo mfanyabiashara kwa sarafu mia moja na tisini za dhahabu nilizopewa tena na Saadi alipofika tena leo kazini akiongozana na yule rafiki yake!"

Aliposikia kafanya kosa hilo ambalo yeye hakujua, mke wangu alikasirika sana, akaanza kujipiga makonde kifuani, akajinyofoa nywele kichwani, na akazichana nguo alizovaa huku akipiga kelele, "Ah, mtu gani miye nisiyekuwa na bahati! Kweli ninastahili kuishi baada ya mkosi huu uliotuandama? Nitampata wapi yule mtu tuliyebadilishana vitu? Simjui kwa sababu ni mara yake ya kwanza kupita hapa mtaani petu. Bila shaka sitamwona tena!"

"Mume wangu," aliendelea kulalamika, "mke wangu" huku akinigeukia mimi, "Wewe ndiye uliyefanya kosa kubwa. Kwa nini unifiche jambo muhimu kama hilo? Yote hayo yasingetokea kama ungenishirikisha katika mambo yako ya siri."

Seyyid yangu, hata kama nitajaribu, sitaweza kukueleza uchungu aliokuwa nao mke wangu wakati ule. Wewe mwenyewe unajua jinsi wanawake walivyo wanapopatikana na janga kama hilo.

"Mke wangu," nilimwambia, "jizuie; usiendelee kuyafikiria yaliyopita. Punguza kelele na kilio ili majirani wasiostahili kujua ya humu ndani wasikusikie wasije wakatucheka tena badala ya kutusikitikia. Muhimu ni kukaa kimya bila kumwambia yeyote yaliyotupata. Tumwachie Mwenyezi Mungu ambaye, katika zile sarafu mia mbili alizotupa, amezichukua mia na tisini akatuachia kumi kama riziki yetu."

Kwangu ilikuwa vigumu sana kumfariji mke wangu kwa yale yaliyotupata. Lakini, kadiri siku zilivyoendelea, ndivyo mke wangu alivyotuliza roho yake na mwisho akasahau yaliyopita.

"Tunaishi kimaskini," nilimwambia mke wangu. "Je, matajiri wana nini ambacho hatuna? Tunavuta hewa waivutayo na tunafurahia majira ya joto, majira ya baridi na ya mvua kama wayafurahiavyo wao. Kweli raha kidogo waliyonayo kutokana na utajiri wao inatufanya wakati mwingine tuwaonee wivu. Lakini ujue kuwa hata matajiri, kama maskini, hufa na kuuacha utajiri wao nyuma. Kwa hiyo, hayo machache waliyo nayo, ambayo sisi hatuna, tusiyajali sana, hasa tunapomkumbuka Mwenyezi Mungu atoaye riziki ya mtu."

Sitaki kukupotezea wakati kwa kukueleza yale yaliyotokea baina yangu na mke wangu. Kifupi ni kwamba, baada ya muda, mambo yakawa shwari, nami niliendelea na kazi yangu bila mtu kuikumbuka wala kuiongelea tena ile bahati mbaya iliyotuangukia mara mbili.

Jambo moja ambalo liliniuma na kulifikiria mara kwa mara ni kuja tena kwa Saadi kutaka kujua jinsi nilivyozitumia zile sarafu mia mbili za dhahabu alizonipa na faida zilizoniletea, na kwamba itakuwa vigumu kwangu, kwa kuona haya na aibu, kumweleza na kumshawishi aamini tena kuwa fedha hizo, kwa bahati mbaya, kama zile za kwanza, zimenipotea.

Safari hii iliwachukua muda mrefu kutokea tena kuja kuuliza jinsi hali yangu iliyo. Mara kwa mara Saadi alimwambia Saad kuwa kadiri walivyochelewa kunijia ndivyo faida yangu itakavyoongezeka na ndivyo atakavyofurahi zaidi.

Lakini Saad hakuafiki hayo akimwambia mwenzake, "Unaamini kweli kuwa Hassan atafaidika na zile fedha ulizompa kuliko zile za mara ya kwanza? Nakuambia: achana na fikra na matumaini kama hayo. Fedha hizo zinaweza zikamletea hata matokeo kinyume na yale uyafikiriyo."

"Si jambo la kawaida kwa dege kunyakua kilemba cha mtu na kutoweka nacho!" alisema Saadi. "Bila shaka Hassan alinyang´anywa zile fedha, na zile nilizompa mara ya pili, hazitamtoka kwa urahisi kama zile za awali."

"Hakuna ajuaye yajayo," alitamka Saad. "Anaweza akapatikana na janga jingine baya zaidi ambalo sisi hatuwezi kulijua. Narudia tena kukuambia: usianze kushangilia, kwani Hassan anaweza kuwa amepatikana na bahati mbaya tena. Pili, kwa maoni yangu kama nikuambiavyo siku zote, ambayo wewe huyaamini, maskini anaweza akatajirika kwa njia nyingine bila kuwa na rasilimali ya fedha."

Baada ya mabishano yao hayo kuendelea kwa muda, siku moja Saadi alimwambia Saad, "Kuumaliza ubishi wetu leo, tusipoteze wakati, twende tukahakikishe ni nani kati yetu aliyeshinda ubishi huu, kwani wakati wa matembezi yetu umewadia."

Saad na Saadi walitoka. Nilipoona wakinijia, nilihisi vibaya sana. Niliiacha ile kazi niliyokuwa nikiifanya, nikageuka upande wa pili nikijifanya siwaoni. Waliponikaribia, waliniamkia nami nikawaitikia huku nikitazama chini. Basi, ikawa sina njia nyingine isipokuwa kuwaeleza ukweli wa yaliyotokea na kwa nini bado nimo katika hali ileile ya kimaskini kama walivyonikuta awali.

Nilipomaliza kuwasimulia, nikaongeza kusema, "Bila shaka mnafikiri sarafu hizo ningeziweka mahali pengine popote kuliko kuzitia ndani ya ule mtungi ambao siku hiyohiyo ulichukuliwa kutoka nyumbani mwetu. Mtungi huo, kwa muda wa miaka, ulikuwa mahali hapo ukitiwa wishwa tu ambayo haikununuliwa mara kwa mara. Ningejuaje kuwa siku ile yule mfanyabiashara angepita pale na kubadilishana na mke wangu? Pengine mnafikiri kwa nini nisimwarifu mke wangu kuwa mle nimetia fedha? Sidhani kuna mwanamume anayeweza kuamini kufanya hivyo; kama wako ni wachache wawaaminio wake zao na fedha. Na hakuna awezaye kunilaumu kwa nini nisizifiche kwingine."

Nilipomaliza kuwaeleza yaliyotokea, nilimgeukia Saadi nikamwambia, "Seyyid yangu, Mwenyezi Mungu hakupenda nitajirike na ukarimu wako. Hiyo ni moja ya siri zake tusiyoweza kuitalii wala kuidurusu wala kuitafiti. Amenijaalia nisiwe tajiri, bali nibaki maskini. Hata hivyo, sitaacha kukushukuru kwa ukarimu wako na ile nia yako njema."

"Hassan," alisema Saadi alipoona nasita, "hata kama nitaamini hayo uliyoyasema kuwa ni ya kweli kuwa kumetokea bahati mbaya ya hizo fedha kupotea, mimi kwa sasa sitayafuatiliza tena. Mimi sisikitiki kuzipoteza zile sarafu mia nne za dhahabu, kwani nilikupa kwa nia njema ya kujaribu kukutoa katika umaskini. Nilizitoa kwa moyo safi kama Mwenyezi Mungu ajuavyo bila mimi kutaka chochote kutoka kwako."

Alipokwisha tamka maneno hayo, Saadi alimgeukia rafiki yake Saad, akamwambia, "Saad, japokuwa siamini nimeshindwa, nakupa nafasi na wewe uyajaribu yale uyaaminiyo na uyasemayo. Uko huru sasa kunidhihirishia kuwa, bila fedha, kuna njia au kitu kingine kinachoweza kumtajirisha maskini kama tubishanavyo siku zote. Hebu mpe kile kitu unachodhania kinaweza kumtajirisha Hassan kuliko zile sarafu mia nne za dhahabu nilizompa."

Hapo Saadi alitoa kipande cha madini risasi akakishika mkononi, akamwambia Saadi, "Uliona wakati nilipookota kipande hiki cha madini hii miguuni pangu. Basi, nitampa Hassan kama zawadi na utaona bahati itakayomletea."

Saadi alimcheka mwenzake, akamwambia, "Kipande cha risasi! Unafikiri kitamletea nini isipokuwa, labda senti chache ambazo hataweza kuzinunulia chochote?"

Saad alinipa ile risasi, akaniambia, "Ichukue na mwache Saadi acheke. Siku moja utakuja kutueleza bahati ambayo madini haya yataileta nyumba yako."

Niliamini kuwa Saad alikuwa akifanya mzaha tu. Hata hivyo niliyachukua, nikamshukuru kumridhisha, nikayatia kibindoni, wakaenda zao matembezini, nami nikaendelea na kazi yangu.

Usiku nilipovua nguo nikalale, kile kipande cha risasi nilichopewa na Saad, na ambacho mimi sikukitia maanani, kilianguka. Nilikiokota nikakiweka mahali.

Ilitukia kuwa usiku uleule, mmoja wa majirani zangu, ambaye ni mvuvi, aligundua kuwa wavu wake wa kuvulia samaki una kasoro ya kipande cha risasi. Kwa kuwa hakuwa nayo, na maduka yalikuwa yameshafungwa, ilimbidi, ili siku ya pili waweze kula, apate kipande cha risasi usiku uleule, ili alfajiri aweze kwenda baharini akavue samaki. Alimweleza mke wake shida aliyokuwa nayo, akamtuma aende kwa majirani akaombe hiyo risasi. Mke wake alikwenda akawagongea majirani mlango hadi mlango bila mafanikio yoyote. Alirudi nyumbani akamweleza mume wake kuwa amefika kwa majirani wote bila mafanikio. Mume wake alimuuliza, kwa kuwataja majina ya majirani, na mkewe akasema amefika kwa wote hao.

"Je, umefika pia kwa Hassan al-Habbal?" mume alimuuliza . "Bila shaka hukwenda kwake."

"Kweli sikufika," alijibu mke wake, "kwa sababu ni mbali. Hata kama ningefika kwake, unafikiri ningepata kipande cha risasi kutoka kwake? Mtu hapati chochote kutoka kwao."

"Wacha uvivu wako!" alisema mvuvi. "Nenda huko. Umeshafika huko zaidi ya mara mia, bila kupata ulitakalo. Labda leo unaweza ukapata kipande cha risasi ninachokihitaji. Kwa hiyo, tafadhali nenda mara moja ukawaulize."

Mke wa yule mvuvi aliondoka huku akinung´unika. Alipofika na kugonga mlango, mimi nilikuwa nimeshaingia kitandani, lakini niliamka nikaenda nikauliza ni nani.

"Hassan al-Habbal," yule mwanamke aliniita kwa sauti ya juu. "Mume wangu anahitaji kipande cha risasi kufungia wavu wake wa kuvulia samaki. Kama unacho, anakuomba, tafadhali, umsaidie."

Nilikumbuka kile kipande cha risasi alichonipa Saad. Nilimjibu jirani yangu kuwa ninacho, asubiri mke wangu atampelekea.

Mke wangu aliyeamshwa na zile kelele, alinyanyuka, nikamwelekeza pale nilipoiweka ile risasi, akaufungua mlango kidogo, akamkabidhi yule jirani.

Mke wa mvuvi alishukuru sana, akatuomba radhi kwa usumbufu kwa kutuamsha usiku vile, akamwambia mke wangu, "Mpendwa jirani mwema, wewe na mume wako mmetufanyia hisani kubwa. Nakuahidi kuwa, samaki wa kwanza atakayevuliwa na mume wangu, tutawapa nyinyi; na nina hakika mume wangu atakubali kufanya hivyo."

Yule mvuvi alifurahi sana kupata ile risasi aliyoitaka, akaahidi atatekeleza ahadi aliyoiweka mke wake.

Alipoutengeneza wavu wake, mapema asubuhi ya pili, kabla hakujapambazuka, yule mvuvi alitoka nyumbani mwake, akaelekea baharini. Aliutupa wavu wake majini. Alipouvuta, aliona amemnasa samaki mmoja mkubwa. Aliendelea kuutupa wavu wake na kwa bahati nzuri alinasa samaki wengi sana.

Alipovua samaki wa kutosha, yule mvuvi alirudi nyumbani. Jambo la kwanza alilolifikiri ni kunikumbuka mimi na kutimiza ile ahadi yake. Na mimi niliporudi kutoka kazini, nilishangaa kumwona yule mvuvi amesimama mlangoni petu huku amemshika samaki mkubwa, akaniambia, "Jirani, jana usiku mke wangu aliahidi kuwapa samaki wa kwanza nitakayemvua kwa sababu ya kutupatia ile risasi. Kwa shukrani zetu, samaki wa kwanza niliyemvua ni huyu. Kwa hiyo, mpokeeni, kwani ahadi ni deni. Baada ya kumvua, niliwavua samaki wengine wengi sana. Kama usingenipatia kile kipande cha risasi, nisingefanikiwa vile. Tafadhali mpokee."

"Jirani mwema," nilimjibu, "kile kipande cha risasi nilichokupa, hakina thamani ya samaki mkubwa kama huyu. Kwa kuwa ni wajibu wa majirani kusaidiana kadiri ya uwezo wao, mimi nimetimiza tu wajibu wangu nikiwa jirani yako kama vile wewe nawe ungenitimizia. Nisingempokea samaki huyu kama si kwa sababu ya kujua kuwa unanipa kwa moyo safi na kwamba hutafurahi kama sitampokea. Kwa hiyo, nampokea kwa mikono miwili na kwa shukrani nyingi."

Baada ya kumpokea yule samaki, tuliagana na mimi nilimchukua yule samaki nikampelekea mke wangu, nikamwambia, "Huyu hapa samaki tuliyepewa na jirani yetu mvuvi kutushukuru kwa ile risasi tuliyompa jana usiku. Nafikiri haya tu ndiyo matokeo ya kile kipande cha risasi nilichopewa jana na Saad akiamini kitanitajirisha!" Halafu nilimsimulia mke wangu kuwa wale rafiki wawili, Saad na Saadi, walikuja tena na matokeo yake ni kile kipande cha risasi kilichotuletea yule samaki.

Mke wangu, ambaye hakutazamia kupokea samaki mkubwa kama yule, alisema, "Tutampika vipi samaki mkubwa huyu? Kikaangio chetu ni kidogo na nikitaka kumpika, hatuna sufuria ya kutosha kumpikia."

"Hiyo," nilimjibu mke wangu, "si kazi yangu. Vyovyote utakavyompika, kwangu ni mamoja tu." Kwa kauli hiyo niliondoka nikaenda zangu kazini kwangu.

Mke wangu alipomtumbua yule samaki, ndani alikuta almasi kubwa. Aliisafisha vizuri akidhani ni glasi tu. Inawezekana kuwa mke wangu aliwahi kusikia almasi au aliwahi kuiona, lakini hakuwa na ujuzi wa kuitambua. Kwa hiyo, aliwapa watoto wetu wachezee wakifurahia kung'aa kwake.

Usiku taa ilipowashwa, watoto wetu, ambao bado walikuwa wakiichezea ile almasi kwa kutupiana, waliona iking'aa kila mke wangu alipoziba mwangaza wa taa wakati akipita karibu yao. Hivyo watoto wetu waliigombania kila mmoja wao akitaka aishike yeye mkononi. Kila mtoto mkubwa alipowapa wenzake, mdogo wao alililia.

Kelele zao ziliendelea kwa muda bila mimi wala mke wangu kujishughulisha nao, wala kuwauliza sababu za kelele zao. Walitulia walipofika mezani kula chakula cha jioni. Walipokwisha kula, waliendelea kucheza na ile almasi. Kelele zao zilipozidi, nilimwita mkubwa wao, nikamuuliza sababu. "Baba," alinijibu, "tuna kipande cha glasi inayotoa mwangaza wakati tunapoipa mgogo nuru ya taa." Nilimwambia aende akaniletee niione.

Mke wa Hassan Al-Habbal Akiitazama Almasi

Kusema kweli hata mimi niliona ni ajabu. Nikamwuliza mke wangu ile ni glasi ya namna gani. "Sijui," alinijibu. "Mimi nimeitoa katika tumbo la yule samaki tuliyepewa na mvuvi wakati nilipomtumbua na kumtoa utumbo kwa madhumuni ya kumsafisha na kumpika."

Mimi sikulifuatilia tena; nilijua tu kuwa kile ni kipande cha glasi. Hata hivyo, nilitaka kufanya majaribio zaidi. Hapo nikamwambia mke wangu aichukue ile taa iliyokuwa pale, akaifiche mbali. Alipofanya vile, nikaona ile glasi ikitoa mwangaza wa kutosha hata tukaona hatuna haja tena ya taa!

Almasi Ikitoa Nuru

Niliizima, nikaweka ile glasi mahali maalumu kutoa mwangaza. "Hiyo," nilimwambia mke wangu, "ndiyo faida ya pili ya kile kipande cha risasi tulichopewa na Saad, rafiki yake Saadi. Sasa hatuhitaji tena kununua mafuta ya taa."

Watoto wetu walipoona kuwa mahali pa taa sasa nimeweka ile glasi, walifurahi sana wakaanza kupaza sauti. Ili kuwanyamazisha, mke wangu na mimi tuliwapigia kelele mpaka zikasikika kwa majirani. Mwisho walilala na nyumba ikawa shwari, nasi tukalala.

Mapema asubuhi ya pili, mimi, kama kawaida yangu, nilitoka mapema, nikaenda zangu kazini bila kuifikiria ile glasi. Hakuna anayeweza kushangaa kukutana na mtu kama mimi ambaye, katika maisha yake, bado hajaona almasi akaitofautisha na glasi nyingine; na kama ameiona, angeweza kukisia thamani yake.

Hapa, ewe Amiri wa Waumini, sina budi kusema kuwa ukuta uliotenganisha nyumba yetu na ya jirani yetu ni mwembamba sana. Nyumba hiyo ilikuwa ni ya Myahudi mmoja tajiri aliyefanya biashara ya madini na vito. Chumba chao cha kulala kiliambatana na nyumba yetu. Usiku ule wakati tulipokuwa tukiwapigia kelele watoto wetu, walikuwa wameshaingia kitandani wamelala. Kelele zetu ziliwaamsha na, kwa muda mrefu, walishindwa kupata usingizi.

Asubuhi ya pili mke wa yule Myahudi alikuja kumlalamikia mke wangu. "Mpendwa Rahel" – ndilo lilikuwa jina lake – alijibu mke wangu, "samahani sana kwa usumbufu. Unajua jinsi watoto walivyo. Jambo dogo tu linaweza likawaliza au likawachekesha. Karibu ndani nikuonyeshe kile kilichosababisha kelele zote zile."

Yule mwanamke aliingia ndani, mke wangu akaenda akamletea na kumwonyesha ile almasi ambayo, kusema kweli, ilikuwa safi na ya thamani kubwa. Yule mwanamke aliyetambua namna zote za vito, kuiona tu, aliistaajabia, na mke wangu alimkabidhi akimweleza jinsi alivyoipata kutoka katika utumbo wa samaki.

Mke wangu alipomaliza kumweleza, yule mwanamke Myahudi alimrudishia, akamwambia, "Aisha" – alijua jina la mke wangu – "hata mimi nilidhani ni glasi. Lakini kwa kuwa ni glasi nzuri ya aina ya pekee, na kwa kuwa mimi ninayo nyumbani glasi ya namna hii, ambayo ningependa ziwe pamoja, nitapenda kuinunua."

Watoto wetu waliposikia yule mwanamke anataka kuinunua ile glasi yao waliyokuwa wakiichezea, walipiga kelele mpaka mama yao alipowaahidi kuwa hataiuza, ndipo walipotulia.

Yule mwanamke alitoka lakini, kwa sauti ya chini, alimwambia mke wangu aliyemsindikiza na kumuaga mlangoni kuwa, kama atataka kuiuza ile glasi, asimwonyeshe wala asimuuzie mtu mwingine yeyote mpaka atakapopata habari kutoka kwake.

Mume wa yule mwanamke wa Kiyahudi alitoka alfajiri kwenda zake dukani. Mke wake alifanya haraka kumwendea, akamwarifu aliloliona kwa nyumbani kwetu. Mume, mara ileile, alimtuma mke wake arudi haraka akapatane na mke wangu na ainunue ile almasi kwa bei yoyote.

Mke wa Myahudi alirudi, akamchukua kando mke wangu, akamwambia, bila kuuliza kama anaiuza ile almasi au la, atamlipa sarafu ishirini za dhahabu kwa kile kipande cha glasi. Japokuwa mke wangu aliona sarafu ishirini za dhahabu ni nyingi kwa kile kipande kidogo cha glasi, hata hivyo, hakukubali wala hakukataa akimwambia hawezi kuiuza bila kuongea nami.

Adhuhuri, wakati wa chakula cha mchana ulipowadia, nilirudi nyumbani ndipo nilipowaona wote wawili pale mlangoni wakiongea. Mke wangu aliniita kando akaniuliza kama nakubali ile glasi aliyoipata kutoka katika tumbo la samaki kuiuza kwa bei ya sarafu ishirini za dhahabu kwa mke wa jirani yetu Myahudi.

Sikumjibu mara moja, nilikumbuka kauli ya Saad wakati aliponipa ile risasi kuwa itaniletea bahati njema. Kutojibu kwangu kulimfanya yule mwanamke aamini kuwa sikuridhika na ile bei aliyopendekeza, akasema haraka, "Jirani, nitakupa sarafu hamsini za dhahabu, je umeridhika?"

Nilipoona yule mwanamke ameongeza bei haraka vile, nilimwambia hiyo si bei niliyokusudia kuiuza. "Jirani," aliniambia tena, "nitakupa sarafu mia za dhahabu ambazo ni nyingi na wala sidhani kama mume wangu, atakaporudi kutoka kazini, ataafiki."

Nilipoona ameongeza bei haraka vile, nilimwambia kuwa, kwa sababu ya ujirani mwema, nitawauzia wao kwa bei ya sarafu laki moja za dhahabu, japokuwa najua kuwa inagharimu zaidi. Na kama hakuridhika na bei hiyo, kuna wafanyabiashara wengine wa vito watakaoinunua kwa bei kubwa zaidi.

Yule mwanamke aliniambia atatoa elfu hamsini, lakini mimi nilikataa kutokana na kule kupandisha kwake bei haraka vile. Nilibaki na bei ileile ya laki moja.

"Zaidi ya elfu hamsini," alisema, "siwezi bila idhini na kushauriana na mume wangu, yeye atarudi jioni. Kwa hiyo, nakuomba usubiri mpaka atakapokuja na kuiona hiyo glasi."

Nilikubali na nikamwahidi sitamuuzia mwingine mpaka nionane na mume wake.

Yule Myahudi aliporudi jioni, mke wake alimwarifu kuwa nimekataa kuliuza lile jiwe kwa bei ya elfu hamsini na kwamba alikuwa akimsubiri yeye arudi kutoka kazini.

Na mimi niliporudi kutoka kazini, yule Myahudi alinijia akaniambia, "Jirani Hassan, tafadhali hebu nionyeshe hilo jiwe mke wako alilomwonyesha mke wangu." Nilimkaribisha ndani, nikamwonyesha.

Alilipokea, akalichunguza kwa makini kwa kuligeuzageuza kila upande bila kutamka neno lolote huku akilistaajabia.

Mwisho akatamka, "Mpendwa jirani, mke wangu, kama alivyoniambia, alikupa sarafu elfu hamsini za dhahabu ambazo hukuridhika nazo. Mimi nakuongezea elfu ishirini nyingine."

"Jirani," nilimjibu, "mke wako angekuambia pia kuwa mimi nimedai laki moja. Ama ulinunue kwa bei hiyo ama uliache. Mimi sipunguzi hata senti moja."

Alijaribu sana kunishawishi nipunguze bei, lakini mimi nilikataa. Akiogopa huenda nikawauzia wengine, mwisho alikubali kwa bei ile niliyotaka. Lakini aliniambia kuwa, kwa wakati ule, hakuwa na fedha zote hizo taslimu. Lakini aliniahidi ataniletea fedha zote kesho jioni. Ili kuthibitisha mapatano yetu, usiku uleule aliniletea mifuko miwili, kila mmoja ukiwa na sarafu elfu moja za dhahabu.

Siwezi kujua yule Myahudi alizipata wapi zile fedha kutoka – kwa rafiki zake au kutoka kwa mfanyabiashara mwingine anayeshirikiana naye. Kufupisha kauli, jioni ya pili aliniletea fedha kamili taslimu, nami nikamkabidhi ile almasi.

Nilipotajirika ghafla vile, nilimshukuru Mwenyezi Mungu. Na ningejua Saad anakoishi, ningekwenda kumwangukia miguuni kuonyesha shukrani zangu za dhati. Ningemshukuru Saadi pia kwani, ubishi wake ndio uliosababisha kutajirika kwangu japokuwa sikufaidika na ule mpango wake.

Sasa nilifikiri ni njia gani bora ya kuzitumia zile fedha. Mke wangu, ambaye sasa kichwa kilianza *kumduru* kwa sababu ya zile fedha, alipendekeza kwanza nimnunulie yeye na watoto nguo za thamani, halafu ninunue nyumba na kuipamba kitajiri.

"Mpenzi mke wangu," nilimwambia, "tusianze kuzifuja hizi fedha kwa njia hiyo. Niachie mimi, kwani nikifanya hivyo unavyotaka, zitatoweka mara moja. Japokuwa fedha ni za kutumiwa, lakini tunapaswa kuzitumia kwa uangalifu kupata faida na kutumia faida hiyo bila kuipoteza rasilimali yenyewe."

Siku ya pili nilijishughulisha zaidi na jinsi ya kuzitumia kibiashara zile fedha. Niliwaendea wafanyabiashara wengi wa kamba ambao waliishi katika hali ya kimaskini kama mimi, kila mmoja wao nikampa fedha, nikamhimiza atumie ujuzi wake wote wa biashara ile, wanitafutie kamba. Niliwaahidi kuwa nitawalipa ujira wao bila kuchelewa mara tu watakapotimiza kazi hiyo. Siku iliyofuata, niliwapa ajira wafanyabiashara wengine wa kamba wanifanyie mimi kazi.

Basi, baada ya muda, watengeneza kamba wote wa Baghdad wakawa wananitegemea mimi, na wote waliridhika nami kwa kuwalipa ujira wao kufuatana na ahadi yangu na uzuri wa kazi zao.

Kwa kuwa watu wengi walinikamilishia kazi nyingi, ilinibidi nikodi ghala kutoka sehemu mbalimbali, na kila sehemu nilimweka msimamizi wa kupokea na kuuza kamba zilizotengenezwa vizuri. Baada ya muda, nilipata faida kubwa sana. Nilinunua jumba bovu lenye vyumba vingi, nikalijenga vizuri upya. Sehemu moja niliitenganisha kwa ajili ya shughuli za kazi zangu, na ile sehemu uliyoiona jana, ewe Amiri wa Waumini, niliipamba kwa madhumuni ya kuishi sisi wenyewe.

Ni muda mrefu toka nipahame pale nilipokuwa nikiishi zamani na kuhamia kwenye jumba langu jipya, na muda mrefu sana ulipita toka niliposikia habari zozote kutoka kwa Saad na Saadi, ambao na wao, hawakunikumbuka mpaka siku, kama kawaida yao, walipofanya mpango wa kwenda kutembea sehemu ile nilikokuwa nikiishi. Walipofika pale walipozoea kuniona mara kwa mara nikifanya kazi yangu, walistaajabu kuona siko. Wakauliza jirani kama niko hai au nimekufa. Walizidi kustaajabu waliposikia kuwa mimi si maskini tena bali nimekuwa tajiri nijulikanaye sasa kwa jina la Khawajah Hassan Al-Habbal, yaani Hassan Mfanyabiashara wa Kamba, na kwamba katika mtaa fulani, nimejenga kasri lionekanalo kama ni la Sultani!

Wale rafiki wawili walinitafuta mpaka wakafika mahali ninakoishi. Walipowasili, walimtuma bawabu wangu kuomba kama wanaweza kuonana nami. Nilipowaona, niliwatambua, nikawaendea. Nilipowafikia, nilikuwa tayari kubusu pindo za kanzu zao, lakini walinizuia. Hapo niliwakumbatia, nikawakaribisha ndani kwenye makochi yaliyopangwa katika chumba cha kupumzikia kilichoelekea bustanini. Niliwakaribisha waketi. Lakini wao walisisitiza nikae pale mahali maalumu pa kuketi watu wenye heshima. Mimi niliwaambia, "Waungwana, japokuwa sasa nimebadilika, lakini bado sijasahau kuwa mimi ni yuleyule Hassan maskini mumjuaye. Bado nakumbuka hali yangu ilivyokuwa awali na yote yale mliyonitendea. Kwa hiyo, nawasihi msiniaibishe; ketini nyinyi mahali hapo."

Waliposikia maneno yangu hayo, waliketi pale mahali nami nilikaa kwenye kochi jingine lililowakabili. Hapo Saadi akaanza kusema, "Khawajah Hassan, siwezi kukuambia jinsi nilivyofurahi kukuona sasa umo katika hali hii uliyomo, ambayo mimi, awali, nilikutakia wakati nilipokupa mara mbili zile sarafu za dhahabu. Nina hakika zile sarafu mia nne ndizo zilizokutajirisha na kuyabadilisha maisha yako. Lakini jambo moja silielewi: kwa nini unakataa kukiri ukweli kwamba ni zile fedha nilizokupa ndizo zilizokutajirisha na ukatudanganya kuwa zimepotea kama vile ulivyotueleza? Bila shaka sasa utatuambia ukweli kwa kukiri kuwa ni zile fedha nilizokupa ndizo zilizobadili hali, mali na mahali unapoishi."

Saad aliyekuwa akisikiliza maneno haya, hakuweza kustahamili. Sitapoteza wakati kwa yote yale naye aliyoyasema, lakini Saadi alipomaliza kusema, Saad alitamka, "Samahani, Saadi, nikiingilia kati kabla Khawajah Hassan hajakujibu. Mimi aslani, kama awali, sikubaliani na kauli yako na hayo unayomwambia Hassan, kwani naamini kabisa alituambia kweli na kwamba zile fedha, kama alivyotueleza, zilipotea kama vile alivyotueleza. Hebu tumwache yeye mwenyewe atueleze kikamilifu. Sisi hatuwezi kujua ukweli na jinsi alivyotajirika na yupi kati yetu aliye sahihi."

Baada ya rafiki hawa wawili kutamka maneno hayo, niliwaambia, "Waungwana, ubishi wenu huu mnaonifikiria kwa maoni yenu mbalimbali hautakwisha kama sikuwaambia ukweli. Kwanza, yale niliyowaambia awali kuhusu kupotea kwa zile fedha ni kweli."

Hapo nikarudia tena kuwaeleza kinaganaga, hatua kwa hatua, bila kuacha neno hata moja toka mwanzo hadi mwisho jinsi zile fedha zilivyotoweka. Lakini Saadi alionekana kutoamini yote yale niliyokuwa nikiyasema. Nilipomaliza, Saadi aliniuliza, "Khawajah Hassan, hayo maelezo yako ya almasi kupatikana tumboni mwa samaki, hali kadhalika, hayaingii kichwani mwangu, kama yale ya kilemba chako kunyakuliwa na dege yasivyoingia kichwani mwangu, na kama vile kusivyoingia kichwani mwangu mtungi ulimoficha zile fedha ulivyotoweka! Vyovyote ilivyo, nafurahi kuona sasa wewe si fukara tena bali umetajirika kwa njia moja au nyingine."

Kwa kuwa usiku ulikuwa umeshaingia, walisimama kutaka kuniaga. Mimi nilinyanyuka pia, nikawazuia nikiwaambia, "Waungwana, nawaomba msinikatalie ombi langu la kunifanyia heshima ya kula nami chakula cha jioni na kubaki kwangu usiku huu ili kesho, tukijaaliwa, nikawatembeze shamba kwenye ziwa la maji nilikonunua nyumba ambako sisi huenda mara kwa mara kupunga upepo. Nitawarudisha siku hiyohiyo."

"Kama Saad hatakuwa na kazi yoyote anayohitaji kuifanya," alisema Saadi, "ombi lako nalikubali kwa moyo safi."

"Mimi sina kazi yoyote," alijibu Saad. "Nitafurahi kuongozana nawe na kwenda kuifurahia hiyo mandhari. Lakini kwanza inatubidi tutoe taarifa nyumbani wasitusubiri."

Nilimwita mtumwa mmoja, nikamtuma akatoe taarifa nyumbani kwa wageni wangu. Wakati maakuli yakitayarishwa, mimi niliwatembeza wale wakarimu wangu jumbani mwangu, nao walilifurahia sana. Wote wawili niliwaita wafadhili wangu, kwa sababu bila Saadi, Saad asingenipa kile kipande cha risasi. Na bila Saad, Saadi asingenijua na kunipa zile sarafu mia nne za dhahabu nijiendeleze kifedha.

Baada ya kuwatembeza jumbani mwangu, tulirejea kwenye chumba cha kupumzikia ambako tuliongea juu ya kazi yangu wakiniuliza maswali chungu nzima kuhusu biashara yangu. Nami niliwajibu kwa maridhawa yao.

Chakula kilipoandaliwa katika chumba kingine, tulikwenda kula. Rafiki hawa wawili walistaajabu sana kuona mapambo na uzuri wa vyakula vilivyotayarishiwa kwenye kile chumba maridadi. Wakati tukila, tulitumbuizwa na waimbaji wa kike na wa kiume kwa nyimbo na muziki wa kusisimua. Yote hayo niliwafanyia wahisani wangu kuonyesha shukrani zangu kwa wema na ukarimu wao.

Asubuhi ya pili tulikubaliana kuondoka mapema sana ili tuifurahie hewa safi ya alfajiri. Kabla hakujakucha, tuliwasili kwenye ukingo wa mto tulikopanda ngalawa iliyopambwa kwa mabusati, tukavushwa na wapiga kafi sita, mpaka ng´ambo ya pili, tukafika kwangu.

Wote wawili walisimama kufurahia mandhari na uzuri wa ile nyumba yangu. Niliwaingiza ndani kulikopambwa vizuri. Baada ya muda, tulitoka, tukaelekea bustanini kulikokuwa na milimau, mikomamanga na miti mingine mingi ya matunda tofauti. Niliwatembeza mpaka kwenye msitu mkubwa mpana kulikojaa miti mikubwa iliyopakana na bustani yetu. Nikawakaribisha waketi chini ya miti yenye kivuli kulikokuwa na viti.

Wanangu wawili waliowahi kitambo kuongozana na mtumwa wetu mmoja kuja kupunga upepo, walikuwa humo msituni wakitafuta viota vya ndege. Mara waliona kiota kikubwa kilichokuwa kwenye mmoja wa ile miti mikubwa. Walijaribu kuupanda. Lakini kwa kuwa ulikuwa na shina nene, walishindwa, wakamwita yule mtumwa waliyeongozana naye, wakamwambia aupande, akawateremshie kile kiota.

Yule mtumwa aliupanda, akakifikia kile kiota, akastaajabu kuona kimetengenezwa kwa kilemba! Aliteremka nacho, akawaonyesha wale watoto. Kwa kuwa walijua ningependa na mimi kukiona, mwanangu mkubwa alikuja nacho, akaniambia, "Baba, hebu kitazame kiota hiki cha kilemba!"

Saadi na Saad walistaajabu kama mimi. Lakini mimi nilistaajabu zaidi nilipokitambua kuwa ni kile kilemba changu kilichonyakuliwa na lile dege! Nilipohakikisha kuwa kweli ni kile kilemba changu, niliwaambia wale rafiki wawili, "Waungwana, kama mna kumbukumbu nzuri, mtakumbuka kuwa hiki ni kile kilemba changu nilichokuwa nacho tulipokutana kwa mara ya kwanza."

"Siamini," alitamka Saad, "kuwa Saadi alikiangalia kwa makini kama mimi. Bila shaka atakiri kuwa ndicho kama zile fedha zitapatikana humo ndani."

"Hakika," nilimthibitisha, "hiki ndicho kile kilemba. Nakitambua vizuri hata kwa uzito wake kuwa hakiwezi kuwa kingine. Wewe mwenyewe utakiona utakapokishika mkononi."

Kwa maneno hayo, nilimkabidhi Saad kile kilemba. Kwanza nilitoa taratibu kinda lililokuwamo mle ndani, nikawakabidhi wanangu. Saad naye alimkabidhi Saadi kuthibitisha uzito wake.

"Nitaamini zaidi kama zile sarafu mia moja na tisini zitapatikana humo," alisema Saadi.

Mtumwa Akiwaonyesha Watoto Kiota cha Kilemba

Nilipokipokea tena kile kilemba, nikamwambia, "Tafadhali kwanza kiangalie vizuri uhakikishe kuwa, kiota hiki, mpaka hii leo, hakikuguswa wala hakikutengenezwa na mtu yeyote, na kilikuwa kule mtini mpaka leo. Na ni kama vile nilivyokifunga siku ile kiliponyakuliwa na dege kutoka kwangu na kwamba hicho kiota hakikutengenezwa na mtu bali na ndege. Kama si lile dege kukijenga hapo mtini, bila shaka kingeanguka. Nataka mhakikishe haya ninayoyasema ili kuwathibitishia ukweli wangu.

Saad aliniunga mkono kwa kusema, "Saadi, haya yanakuhusu wewe, si mimi, kwani toka awali mimi niliamini kuwa Khawajah Hassan anasema kweli."

Saad alipotamka maneno hayo, nilikitoa kile kilemba kilichokunjika, nikakikunjua, nikautoa ule mfuko wa fedha. Saadi aliutambua mara moja kuwa ni ule alionipa siku ile. Niliutingisha mbele ya macho yake, nikazimwaga zile sarafu chini bustanini, nikawaambia, "Mnaona, waungwana, hizi hapa zile sarafu. Zihesabuni mhakikishe ni kamili."

Saadi alizihesabu, na kweli zilitimu mia na tisini. Sasa, kwa kuwa hakuweza kupinga ukweli uliodhihirika, alitamka, "Khawajah Hassan, nakubali kuwa, kwa sarafu hizi mia na tisini, usingetajirika. Lakini bila shaka zile nyingine mia na tisini ulizozitia ndani ya mtungi ndizo zilizokusaidia."

"Bwana," nilimjibu, "nilikueleza jinsi zile fedha za mwisho zilivyopotea kama hizi. Unawezaje kusema kuwa nathubutu kufanya biashara kwa kukuambia uongo?"

"Khawajah Hassan," aliniambia Saad, "mwache Saadi aamini apendavyo. Tukubali kuwa nusu ya utajiri wako unatokana na ile sehemu ya pili ya zile fedha zake, na sehemu nyingine imetokana na ile risasi niliyokupa iliyosababisha kuvuliwa kwa yule samaki aliyekuwa na almasi tumboni mwake."

"Saad," alijibu Saadi, "mimi naridhika na lolote kama na wewe utakubali kuwa ni kwa ajili ya fedha tu ndivyo mtu anavyoweza kutajirika."

"Sikubali," alijibu Saad. "Je, kama nikiokota almasi, nikaiuza kwa thamani ya elfu hamsini za dhahabu, ni kusema fedha hizo nimezipata kutokana na fedha?"

Ubishi uliishia hapo, nasi tulirejea nyumbani tulikokuta chakula cha mchana tayari. Tulipokula, niliwaacha wageni wangu peke yao ili wapumzike kwa sababu ya uchovu na jua kali. Mimi mwenyewe nilikwenda kwa mfanyakazi wangu kwenye bustani kumpa maelezo ya mwisho. Halafu nilirudi nyumbani, tukaongea mpaka jua lilipopungua ukali. Hapo tukaelekea bustanini tulikobaki mpaka jua lilipotua. Wale marafiki wawili na mimi na mtumwa mmoja tulipanda farasi tukaelekea Baghdad ambako ilituchukua saa mbili kuwasili nyumbani.

Sijui ilikuwaje hata watu wangu wakasahau kununua mapepe kwa ajili ya farasi wangu. Tulipowasili, maduka ya kuuza nafaka yalikuwa yameshafungwa na nyumbani mwangu hamkuwa na mapepe. Mmoja wa watumwa wangu alikwenda kwa majirani kutafuta mapepe. Kwa bahati nzuri alikuta duka moja lenye mtungi wa mapepe. Alinunua akiahidi kuwa, asubuhi ya pili, ataurudisha mtungi wao mtupu.

Alipofika nao nyumbani, yule mtumwa aliyamwaga yale mapepe yaliyokuwamo mle mtungini. Alipokuwa akiyatawanya ili kila farasi apate sehemu yake, aligusa mfuko mzito. Aliuleta kwangu bila kuufungua akidhani labda ni ule aliokuwa akisikia nikiwazungumzia mara kwa mara wale wageni wangu.

Kwa furaha kubwa, niliwaambia wale wageni wangu, "Waungwana, Allah hakuacha mwondoke bila kujua ukweli wa kisa changu nilichokuwa nikiwaeleza mara kwa mara. Hizi hapa," nilimweleza Saadi, "zile sarafu nyingine mia na tisini za dhahabu ulizonipa mara ya pili. Nazitambua kwa huu mfuko nilimozitia."

Niliufungua ule mfuko, nikazihesabu zile fedha mbele ya macho yao. Halafu nikamwambia mtumwa wangu akaulete ule mtungi, nikautambua. Hapo nikamwita mke wangu, nikamwambia autazame vizuri ule mtungi bila kumweleza lolote juu ya yale yaliyotokea pale. Mara ileile naye aliutambua kuwa ni ule mtungi wetu uliokuwa na wishwa aliobadilishana na yule mfanyabiashara.

Mwisho, Saadi alikubali kushindwa, akamwambia Saad, "Umeshinda na nakubaliana nawe kuwa fedha peke yake si chanzo cha utajiri. Kuna njia nyingine nyingi za mtu kutajirika bila kuwa na rasilimali ya fedha."

Saadi alipomaliza kusema, nikamwambia, "Bwana, siwezi kukana kukurudishia hizi sarafu mia na tisini tulizozipata tena kwa uwezo wa Mwenyezi Mungu na zilizothibitisha ukweli wangu. Nina hakika ulinipa si kwa ajili ya kuzidai tena. Mimi, kwa upande wangu, nimeridhika na majaliwa ya Mwenyezi Mungu na wala sina haki nazo hizi fedha. Lakini natumaini utakubali hapo kesho nikizitoa sadaka kwa maskini ili Mwenyezi Mungu atubariki sote wawili."

Saadi alikubali bila kusita na wale rafiki wawili, usiku ule wa pili, walibaki nami kwangu. Asubuhi walinikumbatia, kila mmoja wao akirudi kwake akiridhika na kufurahi kwa jinsi nilivyowapokea, na kwa jinsi walivyoniletea bahati nzuri nikafanikiwa katika maisha. Basi ikawa mara kwa mara nawatembelea makwao nilikozidi kuwashukuru. Niliwashukuru vilevile kwa kunikubali kuwa sahibu yao mpenzi wa kutembeleana nao na wa kujuliana nao hali mara kwa mara, na wa kusaidiana nao kila ilipowezekana.

*   *   *

Khalifa Harun al-Rashid alikisikiliza kisa cha Khawajah Hassan kwa makini, mwisho akamwambia, "Khawajah Hassan al-Habbal, kwa muda mrefu sana sikusikia yaliyonifurahisha kama njia ya ajabu iliyokufanya ufanikiwe hivyo ulivyofanikiwa katika maisha. Nina furaha kukuarifu kuwa ile almasi iliyokuletea bahati njema, imo katika hazina yangu, na nimefurahi kujua chanzo chake hata ikafika kwangu! Kwa kuwathibitishia kisa cha hiyo almasi na kuwaondoa wasiwasi wowote ambao rafiki zako bado wangekuwa nao, nataka uwaalike Saad na Saadi waje waishuhudie hiyo almasi ambayo ni mojawapo ya vito vya thamani vilivyomo katika hazina yangu. Mshika hazina wangu atawaonyesha ili Saadi aamini kuwa fedha peke yake si njia ya pekee inayoweza kumtajirisha mtu. Nakuomba vilevile umweleze mweka hazina wangu kisa cha almasi hiyo ili akiandike akiweke mbele ya hiyo almasi ijulikane chanzo chake."

Baada ya kumaliza kusimulia, Khalifa aliwaambia Khawajah Hassan al-Habbal na Baba Abdallah kuwa ameridhika na visa vyao. Waliinama mbele ya kiti cha enzi, wakamuaga Khalifa, wakatoka, kila mmoja akaelekea kwake.

*   *   *

Shahrazad alipomaliza kusimulia kisa cha Khawajah Hassan al-Habbal, Dunyazad akasema, "Ama kusema kweli, hivyo visa ulivyotusimulia ni vya ajabu kweli!" Ndipo Shahrazad akasema, "Kisa cha Farasi wa Uchawi ni cha ajabu zaidi na niko tayari kuwasimulia kama Seyyid yangu ataniidhini niwasimulie."

Kusema kweli, Sultani Shahriyar, aliyevutiwa sana na masimulizi ya Shahrazad, alisema, "Simulia tu, kwani nina hamu ya kujua huyo ni farasi wa namna gani!" Lakini Shahrazad, kabla hajaanza kuwasimulia kisa hicho, alianza na kisa cha:

Mfalme Aliyeridhika

Siku moja, alianza Shahrazad, wakati mfalme mmoja mwenye nguvu alipokuwa akisafiri, alifika kwenye kijiji kimoja. Kwa kuwa alikuwa na kiu sana, alibisha hodi kwenye nyumba moja, akaomba maji ya kunywa. Mlango ulifunguliwa na mwanamke mmoja mzuri ajabu alimkabidhi maji. Baada ya kuyanywa, mfalme alianza kuongea na yule mwanamke aliyemvutia, akaanza kumpenda.

Mwanamke Alimkabidhi Mfalme Maji ya Kunywa

Yule mwanamke alimtambua mfalme, na kumkaribisha ndani, akamkalisha, akamkabidhi kitabu fulani, akamwambia, "Jifurahishe na kitabu hiki, Seyyid yangu, wakati nakwenda kumaliza haraka shughuli fulani muhimu. Nitarudi baada ya muda mfupi."

Yule mfalme alikipokea kile kitabu, akakaa, na kuanza kukisoma. Kile kitabu, kwenye ukurasa wake wa kwanza, kiliandikwa onyo na adhabu kali inayomkabili ahera yeyote atongozaye mke wa mtu au asababishaye ndoa ya mtu kuvunjika.

Alipoyasoma yale maneno, yule mfalme alikata shauri kumsahau yule mwanamke. Alimwita, akamkabidhi kile kitabu, akaaga, na kwenda zake.

Jioni, mume wa yule mwanamke aliporudi nyumbani kutoka kazini, mke wake alimweleza yaliyotokea. Mume akaingiwa na hofu, akafikiri, bila shaka mfalme aliyempenda mke wake, atamdhuru. Basi, toka siku hiyo hakumsogelea kabisa mke wake. Baada ya muda, mke aliwaendea jamaa zake, akawaeleza kuwa mume wake, kwa muda sasa, hamtimizii wajibu wake wa kinyumba.

Jamaa zake waliposikia vile, walimwendea mfalme, wakamwambia, "Mwenyezi Mungu ampe mfalme wetu umri mrefu! Tumekuja kumshtaki mtu ambaye tulimkabidhi ardhi ailime, aipalilie na aitunze. Kwa muda mrefu alitimiza wajibu wake. Lakini siku hizi haishughulikii wala haijali, wala haturudishii sisi wenyewe ili, ikiwezekana, tumkabidhi mtu mwingine. Tuonavyo, asipoishughulikia, hiyo ardhi itaharibika."

Mfalme alimuuliza yule mtu, "Kwa nini huishughulikii ardhi yako kama ulivyokuwa ukiishughulikia hapo awali?"

"Seyyid yangu," alijibu yule mtu kwa unyenyekevu, "nimesikia kuwa kuna simba mkali aliyeingia humo. Kwa kuwa namwogopa sana huyo simba, sithubutu hata kidogo kuisogelea hiyo ardhi yangu!"

Mfalme alipomwona yule mwanamke kakaa kando, na kujua kuwa yule ndiye mume wake, mara ileile alijua wale wazee walikuwa wakimaanisha nini. Basi alimgeukia yule mtu akamwambia, "Nenda ukailime ardhi yako, uitunze vizuri kama ulivyokuwa ukiitunza awali. Huyo simba mkali umwogopaye, nakuhakikishia, aslani hataisogelea tena ardhi yako wala hatakudhuru."

Baada ya kusema hivyo, mfalme aliwapa zawadi wote wawili, akawaaga wakaenda zao kwa furaha!

Farasi wa Uchawi

Nairuzi au siku mpya ya mwaka, imekuwa ikisherehekewa na kuadhimishwa kila mwaka katika nchi ya Ajemi toka enzi za kale. Sherehe hiyo na sherehe ya *beyram* zilisherehekewa zaidi katika miji mikubwa ambako watu wa sanaa mbalimbali walionyesha hadharani au mbele ya mfalme, uvumbuzi, ujuzi au sanaa zao ambazo kwa kawaida, zilivutia sana watu. Wengi wao walitoka nchi za mbali na wengine walitoka nchi za jirani. Hakuna kitu kinachoweza kufananishwa na sherehe hizi kwa uzuri na kwa maajabu yaliyoonyeshwa kila mwaka.

Siku moja, wakati wa sherehe ya Nairuzi ilipokuwa ikiadhimishwa na kumfurahisha mfalme Sabur kwa sanaa na uvumbuzi mbalimbali, na kila mmoja ambaye sanaa yake ilimvutia sana mfalme alitunukiwa zawadi aliyostahili. Wakati umati wa watu ulipoanza kutiririka ukielekea nyumbani mwao. Mbele ya mfalme Sabur alitokea Mhindi mmoja aliyekuwa na farasi aliyechongwa kutoka katika mti wa mpingo, alionekana kama ni farasi wa kweli kwa vile alivyotengenezwa kwa ustadi mwingi. Mhindi huyo alipiga magoti mbele ya mfalme Sabur, akakinyoosha kidole chake kule alikokuwa yule farasi, akamwambia mfalme Sabur, "Ijapokuwa, Seyyid yangu, nimejitokeza mbele yako mwisho wa maonyesho, nakuhakikishia kuwa hakuna kitu cha ajabu ulichokishuhudia leo kama farasi huyu ambaye ningependa, Seyyid yangu, umkague."

"Sioni kama ana kitu chochote cha ajabu," alisema mfalme Sabur, "isipokuwa ufundi wa yule aliyemtengeneza hata akafanana kabisa na farasi wa kweli. Na hilo ni jambo la kawaida ambalo linaweza kufanywa na mwana sanaa yeyote hodari ajuaye kumchonga farasi kama huyo au zaidi ya huyo farasi wako."

"Seyyid yangu," alijibu yule Mhindi, "sizungumzii sura na umbo lake, bali matumizi yake ambayo, yeyote nitakayemfunulia siri yake, anaweza akafaidika naye kuliko farasi wa kawaida. Kwani kila ninapompanda, popote nilipo, nikitaka kusafiri naye upesi mpaka sehemu yoyote ya dunia, naweza kufika huko baada ya muda wa saa chache tu. Hilo, Seyyid yangu, ndilo jambo la ajabu la farasi wangu huyu – jambo ambalo hakuna aliyelisikia wala aliyelishuhudia. Na kama ukiniidhini, Seyyid yangu, niko tayari kukuthibitishia hayo niliyokuambia."

Yule mfalme wa Ajemi, ambaye alipenda sana kuona vitu vya ajabuajabu, vingi akiwa amevimiliki, alimwambia yule Mhindi amwonyeshe hayo maajabu ya huyo farasi wake.

Yule Mhindi alimdandia yule farasi kwa ustadi mkubwa, akavikanyaga vikanyagio. Alipokaa vizuri kwenye tandiko na kushika hatamu, akamwambia mfalme Sabur amwamrishe aende kokote mbali apendako.

Mbali na lile jiji la Shiraz, palikuwa na mlima mrefu uliokuwa mbali na pale mbele ya kasri la mfalme. Mfalme akamwambia yule Mhindi huku akimwonyesha kwa ishara ya kidole, "Unauona mlima ule? Si mbali sana hivyo kutoka hapa, lakini ni mbali wa kuweza kuona wepesi na mwendo wa huyo farasi wako. Kwa kuwa haiwezekani kuona kwa macho na kusema ni wepesi gani huyo farasi wako ataweza kwenda, nategemea utaweza kwenda ukaniletee tawi la mkindu kutoka mikindu iotayo chini ya ule mlima."

Mara tu mfalme Sabur alipotamka maneno hayo, yule Mhindi alikizungusha kigingi kidogo kilichokuwa nyuma ya sikio la yule farasi, na mara ileile yule farasi alinyanyuka ardhini, akapaa na yule Mhindi hewani kwa wepesi wa umeme hata wale walioweza kuona mbali, walishindwa kumwona kwa jinsi alivyotoweka upesi kwa mastaajabu ya mfalme na wote waliokuwa hadhirina. Baada ya robo saa, yule Mhindi alionekana akirejea huku ameshikilia mkononi tawi la mkindu. Lakini kabla hajatua, alizunguka hewani mara mbili au tatu, huku ile halaiki ya watu ikimshangilia na kumpigia kelele za furaha na kwa mastaajabu makubwa.

Alitua palepale alipoondokea bila yule farasi kutingishika, akaelekea kwenye kiti cha enzi, akapiga magoti mbele ya mfalme, akaliweka lile tawi la mkindu miguuni pa mfalme Sabur.

Mfalme aliyeyashuhudia yote haya kwa mshangao na mastaajabu makubwa, mara ileile alikata shauri kumpata yule farasi kwa bei yoyote atakayoitaja yule Mhindi, akamwambia, "Kwa kuona umbo la farasi wako, sikudhania ni wa ajabu vile. Lakini kwa kuwa umenionyesha faida yake, sina budi kukiri kuwa ni farasi wa ajabu kweli. Kwa hiyo, ningependa kumnunua kutoka kwako."

Yule Mhindi Akishikilia Tawi la Mkindu

"Seyyid yangu," alisema yule Mhindi, "sikuwa na shaka yoyote kuwa, utakapomwona farasi huyu, utajua jinsi alivyo na thamani. Na nilijua pia kuwa hutavutiwa naye tu, bali utapenda kuwa naye. Na japokuwa mimi najua thamani yake, napenda kukuarifu kuwa mimi sikumnunua bali nilimpata kutoka kwa yule aliyemtengeneza kwa kubadilishana naye kwa binti yangu wa pekee amwoe nikimwahidi kuwa sitatengana na farasi huyu kwa njia nyingine yoyote isipokuwa kwa kubadilishana na kitu ninachokithamini sana."

Wakati yule Mhindi akisema vile, mfalme aliingilia kati kwa kumwambia, "Niko tayari kukupa chochote ukitakacho badala yake. Unajua kuwa milki yangu ni kubwa, na ina miji mingi mikubwa. Nitakupa mji wowote utakaouchagua uutawale mpaka kufa kwako."

Pendekezo hili la mfalme lilionekana na waungwana wote waliokuwa pale kuwa ni zuri. Lakini matakwa ya yule Mhindi yalikuwa ni makubwa zaidi na yaliwashangaza watu wakati aliposema, "Nakushukuru sana, Seyyid yangu, kwa ukarimu wako huo. Lakini nakuomba radhi na usinikasirikie kama nikithubutu kukuambia kuwa siwezi kubadilishana farasi wangu huyu na kitu kingine chochote isipokuwa na binti yako, unioze. Hiyo ndiyo thamani ya pekee ninayoweza kutengana na farasi wangu huyu."

Wale waungwana waliokuwa hadhirina pale hawakuweza kujizuia kucheka kwa madai ya yule Mhindi. Feruz Shah, mwana mkubwa wa mfalme, na mrithi wa kiti cha enzi cha baba yake aliyekuwa pale, hakuweza kujizuia kuonyesha hasira zake. Lakini baba yake, mfalme Sabur, alikuwa na maoni tofauti. Yeye aliona farasi yule anastahili kubadilishana na yule Mhindi kwa kumwoza binti mfalme wa Ajemi ili kuridhisha matakwa yake. Hata hivyo, alisita akabaki kimya akifikiri la kufanya. Feruz Shah, alipomwona baba yake anasita kujibu, aliingiwa na wasiwasi akidhani huenda baba yake akakubali ombi la yule Mhindi – jambo alilolifikiri kuwa si kinyume tu cha desturi na heshima ya ukoo wao wa kifalme, bali ni madharau makubwa na ushushaji hadhi na uvunjaji heshima ya dada yake binti mfalme wa Ajemi. Hapo akatamka, "Seyyid yangu, natumaini utanisamehe nikithubutu kuuliza: Je, si jambo muhimu kulifikiria ombi la mtu huyu fedhuli wa tabaka yake kumtaka binti mfalme wa ufalme mashuhuri duniani? Nakusihi ufikirie sana umuhimu wa damu yako, na damu ya ukoo wako unayotaka kuichuja na kuichanganya na damu ya mtu wa tabaka ya chini."

"Mwanangu," alijibu mfalme wa Ajemi, "naunga mkono kauli yako, na naelewa jinsi unavyohisi mintarafu ya usafi wa kizazi chako. Lakini hufikirii pia uzuri na umuhimu wa farasi huyu na kwamba nisipokubali alitakalo huyu Mhindi, ataweza kumpelekea mfalme mwingine atakayekuwa tayari kubadilishana naye na binti mfalme mwingine. Nitahisi vibaya sana nikimkosa farasi huyu ambaye mfano wake haupatikani duniani. Sisemi kuwa ninaafiki analolitaka.

Pengine atakuwa na pendekezo jingine badala ya binti mfalme. Lakini kabla sijapatana naye, nitafurahi kama wewe utamkagua farasi na kumpanda, halafu unipe maoni yako."

Yule Mhindi, kwa kuwa aliona jinsi mfalme alivyovutiwa na yule farasi, aliamini huenda akalikubali pendekezo lake, na mwana mfalme akabadili mawazo yake. Hapo alifanya haraka kwenda kumsaidia Feruz Shah kupanda farasi na kumwonyesha namna ya kumwongoza.

Feruz Shah alimpanda yule farasi kwa msaada wa yule Mhindi, na baada ya kuweka miguu yake kwenye vile vikanyagio, bila kungojea maagizo ya yule Mhindi, alikigeuza kile kigingi alichoona kikitumiwa na yule Mhindi, na mara ileile yule farasi alipaa angani kwa wepesi wa mshale, na baada ya dakika chache, alitoweka machoni pa mfalme na wote wale waliokuwa pale wakimshuhudia.

Yule Mhindi, akiingiwa na hofu kwa yale yaliyotokea, alijitupa mbele ya kiti cha enzi, akasema, "Seyyid yangu, bila shaka ulishuhudia jinsi mwanao alivyokuwa na haraka, na kwamba hakusubiri maelezo yangu kuhusu jinsi ya kumwongoza yule farasi. Hakutaka ushauri wangu na kumwonyesha jinsi ya kumrudisha na kumtua yule farasi. Kwa hiyo, Seyyid yangu, nakusihi, usinilaumu kwa lolote litakalomtokea."

Kauli hii ilimshangaza na kumkasirisha sana mfalme Sabur aliyeona hatari aliyomo mwanawe. Alimfokea yule Mhindi, akamuuliza kwa nini hakumwita kabla hajafika mbali?

"Seyyid yangu," alijibu yule Mhindi, "uliona jinsi yule farasi alivyoruka upesi. Kwa mshangao niliokuwa nao, nilishindwa kusema lolote. Hata kama ningejaribu kumwita, asingenisikia kwa sababu alikwisha fika mbali. Na hata kama angenisikia, asingejua siri ya kumrudisha yule farasi na kumtua. Ilimpasa yeye aniulize *mimi* kabla hajampanda farasi. Lakini, Seyyid yangu," aliongeza yule Mhindi, "kuna matumaini kwamba, mwana mfalme, atakapoona amepotea, atatafuta kigingi kingine; na mara tu atakapokigeuza, farasi hatapaa bali atashuka taratibu ardhini, na ataweza kumwongoza kokote kama farasi mwingine kwa kutumia hatamu."

Japokuwa yule Mhindi alimweleza hayo mfalme Sabur, kwamba kuna uwezekano wa mwana mfalme kufanikiwa kumtua yule farasi, mfalme wa Ajemi aliingiwa na wasiwasi mwingi kwa hatari iliyokuwa ikimkabili mwanawe, akasema, "Hata kama atakigundua hicho kigingi cha pili kama unavyosema, kuna uhakika gani kuwa hatatua kwenye mwamba au hatatumbukia baharini?"

"Seyyid yangu," alijibu yule Mhindi, "nakuhakikishia kuwa farasi huyo huvuka bahari bila kutumbukia au kutua majini, na kwamba, siku zote, humfikisha ampandaye kokote atakako. Nakuhakikishia pia kuwa, mwana mfalme akigundua kigingi cha pili nilichokitaja, farasi atamfikisha kokote atakako. Hawezi kutua mahali pengine isipokuwa anapoongozwa na mpandaji."

"Tutumaini itakuwa hivyo," alitamka mfalme Sabur kwa hasira. "Mimi siwezi kutegemea kauli yako. Kama mwanangu hatarejea kwa muda wa miezi mitatu, au sikupata habari zake zozote, kichwa chako kitakuwa halali yangu."

Mara ileile mfalme aliamrisha wakuu wake wamkamate yule Mhindi, wamtie korokoroni, na yeye mwenyewe akarejea kwenye kasri lake akiwa amejaa huzuni iliyoifanya ile sikukuu ya Nairuzi kuwa ya huzuni badala ya furaha.

Wakati wote huo yule farasi alipaa angani na mwana mfalme kwa mwendo wa ajabu, na baada ya muda wa saa moja, alipaa juu mno mpaka Feruz Shah alishindwa kutambua chochote kilichokuwa chini yake. Ni wakati huo ndipo alipoanza kufikiri kurudi kwa kukizungusha tena kile kigingi kama alivyofanya awali. Lakini alipoona yule farasi anazidi kupaa juu kwa kasi ileile, aliingiwa na hofu. Alikizungusha kile kigingi kila upande, lakini yule farasi alizidi kupaa kuelekea juu mbinguni. Hapo akatambua kosa alilolifanya la kutosubiri na kutojifunza kutoka kwa yule Mhindi kabla hajaondoka – tahadhari na namna ya kumwongoza yule farasi. Akatambua hatari aliyomo. Hata hivyo, hakutaharuki na kubabaika, bali alikikagua kwa makini kichwa na shingo ya yule farasi, nyuma ya sikio la mkono wa kulia, akaona kigingi kingine kidogo kuliko kile cha kwanza. Alikizungusha, na mara ileile yule farasi alianza kupunguza mwendo, akashuka taratibu kuelekea ardhini. Wakati huo usiku ulikuwa umeshaingia. Kadiri farasi alivyoshuka, ndivyo giza nalo lilivyoingia ile sehemu aliyokuwa mpaka kukawa giza totoro. Basi, Feruz Shah alimwacha yule farasi atue popote – japokuwa alikuwa na woga wa kutua jangwani, mwambani, au baharini!

Mwisho, usiku wa manane wa giza totoro, yule farasi alitua mahali pakavu, mwana mfalme akashuka huku akiwa na njaa sana, kwani hakula toka asubuhi alipokuwa katika kasri la baba yake wakati akisaidia kuiadhimisha ile sikukuu ya Nairuzi. Aliposhuka, alijikuta yuko kwenye dari ya kasri zuri lililojengwa kwa marumaru. Macho yake yalipozoea lile giza, aliona ngazi iliyoelekea chini kwenye sebule ambako mlango wake ulikuwa wazi kidogo.

Ni wachache – isipokuwa Feruz Shah – ambao wangethubutu kuingia ndani ya kasri geni tena usiku wa manane! Feruz Shah aliifuata ile ngazi gizani bila kujua atakumbana na nini: marafiki au maadui. Hata hivyo, hakuna chochote kilichomzuia asiingie, akijiambia, "Mimi sikuja kumdhuru yeyote; na hakika, yeyote atakayekutana nami au atakayeniona kwanza, na atakapoona sina silaha yoyote mkononi, hatajaribu kunidhuru kabla hajasikia nitakalosema."

Baada ya fikra hiyo, aliufungua zaidi ule mlango, bila kutoa sauti yoyote, akaingia ndani kwa kufuata ile ngazi, akaona mlango mwingine wa ukumbi mkubwa uliokuwa na mwangaza.

Feruz Shah alisimama pale mlangoni, akatega masikio kusikiliza. Hakusikia sauti yoyote isipokuwa kukoroma kwa watu waliolala usingizi mzito mle ndani. Aliingia ndani zaidi na, kwa mwangaza wa taa, aliona matowashi weusi waliokuwa na panga wazi karibu yao waliolala fofofo, waliomthibitishia kuwa hiki ni chumba alimo Sultani au binti Sultani, kama alivyohakikisha baadae.

Katika chumba cha pili kilichofuata, kama kilivyoangazwa na taa, na kwa kuwa mlango ulikuwa wazi, alimwona msichana mzuri ajabu amelala, akajua kuwa yule ni binti Sultani tu. Feruz Shah aliingia mle taratibu kwa kunyemelea bila kuwaamsha wale matowashi. Akalifunua pazia, akaingia ndani. Na, bila kutazama zaidi uzuri na mapambo ya kile chumba, aliona vitanda vingi. Lakini kimoja tu ndicho kilichokuwa kikubwa na kizuri zaidi. Na humo ndimo alimolala yule binti mfalme. Vile vingine vililaliwa na wajakazi wake. Yule aliyelalia kile kitanda kikubwa, ambaye alimfikiria kuwa ni binti Sultani, ndiye aliyemvutia sana. Alikisogelea taratibu kile kitanda bila kumwamsha binti mfalme wala wale wajakazi. Alisimama mbele yake, akaustaajabia uzuri wa yule msichana aliyelala pale, akavutiwa naye, akaanza kumpenda. Hapo akajiambia, "Bahati nzuri iliyoje hii iliyonileta hapa ya kumwona msichana mzuri kama huyu! Nitawezaje kujizuia kuwa mtumwa wake atakapofunua macho aliyoyafumba yaliyo kwenye uso mzuri huu ulio kwenye umbo hili!"

Baada ya kufikiri kidogo juu ya pale alipo wakati ule, na ile hali aliyomo, Feruz Shah alipiga magoti pale, akaishika taratibu ile shuka iliyomfunika yule binti mfalme, akaivuta taratibu kuelekea kwake. Binti mfalme alifumbua macho, na alipomwona kijana mzuri kampigia magoti vile, alishtuka, akashangaa bila kuonyesha woga wowote. Feruz Shah aliinamisha kichwa chake, akakinyanyua tena, akasema, "Binti mfalme mzuri, kwa safari ya ajabu iliyomfikisha hapa, miguuni pako unamwona mwana mfalme wa mfalme Sabur wa Ajemi ambaye, jana asubuhi, alikuwa kwao Shiraz akisherehekea sikukuu ya Nairuzi, na ambaye sasa, kama hukumsalimisha na kumsaidia, yuko katika nchi ya kigeni anakokabili hatari kwa maisha yake. Hivyo basi, ewe binti mfalme mzuri upendezaye, natumaini hutalikataa ombi langu."

Feruz Shah Akimpigia Magoti Binti Mfalme wa Bengal

Yule msichana aliyekuwa kapigiwa goti na Feruz Shah, na aliyekuwa akiambiwa yale maneno, alikuwa binti wa *Raja* wa Bengal atawalaye nchi ile na aliyemjengea binti yake lile kasri, mbali kidogo na makao yake makuu. Binti mfalme alikwenda huko mara kwa mara kupumzika na kupunga upepo.

Aliyasikiliza maneno ya Feruz Shah mpaka alipomaliza. Ndipo akamjibu kwa kauli maridhawa, akisema, "Mwana mfalme, hapa huko katika nchi ya kishenzi. Ushujaa, ukarimu, wema na upole, vyote vinapatikana katika utawala wa Bengal ni sawa na ule upatikanao katika nchi ya Ajemi. Si mimi tu atakayekupa ulinzi kama ulivyouomba, - na hukuukuta tu humu katika kasri langu – bali utaukuta pia katika nchi nzima hii. Kwa hiyo; amini na tegemea hayo niliyokuambia "

Feruz Shah alipotaka kumshukuru kwa wema na ukarimu wake, yule mtoto wa kike akatamka, "Japokuwa nina hamu ya kujua jinsi ulivyosafiri upesi hivyo hata ukawasili hapa usiku huu, bila shaka una njaa. Kwa hiyo, nitawaamrisha wajakazi wangu kwanza wakupeleke katika moja ya vyumba vyangu ambako utaletewa maakuli na utapumzika. Insha-Allah kesho utanihadithia jinsi ulivyofika hapa."

Wakati huo wajakazi wote wa binti mfalme walikwisha amka wakisikiliza mazungumzo yao. Kwa ishara ya bibi yao, wale wajakazi walinyanyuka, wakavaa haraka nguo zao, wakamwongoza Feruz Shah mpaka katika chumba kimoja ambako wajakazi wawili wengine walimtayarishia kitanda na wengine wakielekea jikoni ambako, baada ya muda, walirejea na vyakula vya aina mbalimbali. Halafu walimwonyesha Feruz Shah kabati lililojaa shuka na nguo za kulalia wakatoka wakaenda zao.

Wakati walipoondoka, binti mfalme wa Bengal, ambaye alivutiwa sana na uzuri wa Feruz Shah, alijaribu kulala lakini hakupata usingizi tena. Wajakazi wake waliporudi, aliwauliza kama mgeni wao amepata kila kitu anachohitaji na wanamwonaje.

"*Seyyidatuna*," walimjibu, "sisi hatuwezi kujua jinsi huyo kijana alivyokuvutia. Kwa maoni yetu sisi, tunafikiri utabahatika kama baba yako atakubali uolewe naye. Hakika, kati ya waungwana wa Bengal, hakuna hata mmoja wa kulinganishwa naye."

Japo sifa hizi hazikumchukiza binti mfalme, kwa kuwa hakutaka kuonyesha hisia zake, alisema, "Nyote nyie ni wapayukaji, nendeni upesi vitandani mwenu mkalale, mniache nami nilale!"

Asubuhi ya pili binti mfalme alipovaa nguo zake, wajakazi wake waliona, kinyume cha kawaida yake, amevalia vingine kabisa kuliko ilivyokuwa desturi yake, akasisitiza pia nywele zake, baada ya kuchanwa, zilipambwa mara mbili au mara tatu. "Kwani," alijiambia binti mfalme, "kama sura na umbo langu halikumvutia mwana mfalme jana usiku, asubuhi hii atashangaa atakaponiona!"

Kwenye nywele zake, aliweka almasi kubwa adimu, shingoni alivaa mkufu wa dhahabu wa thamani, mikononi bangili zilizonakishiwa kwa vito, na kiunoni alifunga mkanda uliotengenezwa kwa lulu vyote hivyo vikiwa vya tunu sana. Alipokwisha valia, mgongoni wajakazi wake walimvisha joho la kitambaa cha thamani kutoka Bara Hindi ambacho hakuna yeyote aliyeruhusiwa kukivaa isipokuwa watu wa ukoo wa kifalme. Alipokuwa tayari, binti mfalme alituma mtu kwenda kuangalia kama mwana mfalme wa Ajemi amekwisha amka na yuko tayari kumpokea, kwani hivyo ndivyo alivyotaka.

Yule aliyetumwa alipoingia chumbani, Feruz Shah alikuwa akijitayarisha kutoka, akamuuliza kama ataruhusiwa kwenda kumzuru binti mfalme. Lakini alipoambiwa kuwa binti mfalme anataka kuja kwake kumzuru yeye, Feruz Shah alikubali, akisema, "Atakavyo binti mfalme, ndivyo hivyo. Mimi niko hapa kutii amri yake."

Baada ya muda mfupi, binti mfalme alitokea na, walipoamkiana, aliketi kwenye kochi, akaanza kumweleza binti mfalme sababu za kutomwacha yeye aje amzuru kwake. "Ningefanya hivyo," alisema binti mfalme, "tungeingiliwa na mkuu wa matowashi aliye na haki ya kuingia chumbani mwangu wakati wowote bila taarifa yoyote. Lakini humu hana ruhusa. Mimi, kama nilivyokwambia, nina hamu ya kujua jinsi ulivyofika hapa. Hiyo ndiyo hasa sababu iliyonileta hapa ambapo hakuna mtu yeyote atakayetuingilia wakati ukinisimulia. Basi, bila kuchelewa, nieleze."

Feruz Shah alianza kumsimulia toka mwanzo wa sherehe ya Nairuzi iadhimishwayo kila mwaka katika nchi yao ya Ajemi, mpaka kuwasili kwa yule Mhindi mwenye yule farasi wa uchawi. Alipomaliza kusimulia, binti mfalme alitamka kuwa hiyo ni sherehe ya ajabu sana.

"Halafu," aliendelea Feruz Shah, "unaweza kukisia jinsi baba yangu, apendaye sana vitu vya ajabu visivyokuwa vya kawaida, alivyovutiwa na farasi huyo arukaye kama ndege, akamuuliza yule Mhindi atamuuza kwa bei gani. Jibu alilotoa yule Mhindi lilikuwa ni la kuchekesha na, kama utakavyokubali, alisema hawezi kutengana na farasi huyo bali kwa kuozwa binti mfalme wa Ajemi! Japokuwa wote waliokuwa pale walimcheka, mimi nilikasirishwa sana na kauli yake hiyo. Nilipoona baba yangu akisitasita kumjibu, nilijaribu kumshawishi asikubali pendekezo la yule Mhindi lakini ilishindikana. Hata hivyo aliniomba kwanza nimkague yule farasi ili, nikisha mwona na kujua thamani yake, nitoe maoni yangu akiamini nitaafiki kauli ya yule Mhindi.

Kumridhisha baba yangu, nilimpanda yule farasi na, bila kusubiri kuelekezwa na yule Mhindi jinsi ya kumwongoza yule farasi, nilikigeuza kigingi kama nilivyomwona yule Mhindi akifanya. Mara ileile, kwa wepesi na mwendo wa ajabu kuliko wa mshale uliofyatuliwa, yule farasi alipaa nami angani, nikahisi kana kwamba kichwa changu, baada ya muda, kitagonga mbinguni! Chini sikuweza kuona chochote. Kwa muda, nilichanganyikiwa, sikujua ni wapi ninakoelekea. Mwisho, giza lilipoanza kutanda, nilikiona kigingi kingine, nikakigeuza, na yule farasi alianza kupunguza mwendo na kushuka chini taratibu. Kwa kuwa sikuweza kuona chochote kwa sababu ya giza, nilimwacha farasi atue popote pale atakapojaaliwa. Ndipo usiku wa manane nilipojikuta nimetua juu ya dari ya kasri hili. Nilifuata ngazi niliyoiona ikielekea chini, mpaka kule nilikoona mwangaza wa taa ukitokea. Nilichungulia ndani, nikaona, kama unavyoweza kukisia, matowashi wenye panga wazi wamelala chini. Nilijua hatari niliyokuwa nikiikabili, lakini kwa kuwa mahitaji yangu yalikuwa makubwa, sikuwajali, niliwapita taratibu mpaka nikafika penye pazia lililokuwa mlangoni pako. Yaliyofuata unayajua. Lililobakia sasa ni kukushukuru kwa ukarimu wako. Kwa kufuatana na sheria za walimwengu, mimi, toka sasa, ni mtumwa wako, changu mimi ni moyo wangu tu ninaoweza kukupa. Lakini ninasema nini? Moyo wangu? Hata huo pia, bibiye ni wako toka nilipokuona kwa mara ya kwanza!"

Yale maneno alivyoyasema Feruz Shah yalimhakikishia binti mfalme jinsi yule kijana alivyovutiwa naye. Rangi ya uso ilimbadilika ikauongeza uzuri wake.

"Mwana mfalme," alitamka binti mfalme baada ya kurudiwa na hali yake ya kawaida, "umenifurahisha sana, na nimekisikiliza kwa makini kisa chako chote, na japokuwa umeketi mbele yangu, natetemeka kusikia jinsi ulivyokabili hatari huko angani! Niache niseme kuwa imekuwa ni bahati kufika kwako hapa kwangu badala ya kutua mahali pengine. Nakuhakikishia usingetua mahali pazuri zaidi pa kukaribishwa kwa mikono miwili kama hapa kwangu! Mintarafu kuwa mtumwa wangu, hicho ni kichekesho tu. Kukaribishwa kwako, bila shaka, kumekuhakikishia kuwa wewe ni huru hapa kama ulivyo huko kwenu. Na kuhusu moyo wako," aliendelea binti mfalme, "nina hakika umeshatekwa na binti mfalme mwingine anayekustahili, na sidhani utakuwa si mwaminifu kwake!"

Mwana mfalme Feruz Shah alikuwa tayari kusema kuwa hakuna msichana yeyote aliyeuteka moyo wake, wakati mjakazi mmoja alipoingia na kuwaarifu kuwa chakula kimetayarishwa.

Chakula kiliandaliwa katika chumba kizuri maalumu kilichopambwa, na meza ilijaa matunda mazuri tofauti. Wakati wakila, wasichana wazuri waliovaa lebasi nzuri waliwastarehesha kwa kuwaimbia huku wakipiga ala mbalimbali za muziki. Walipomaliza kula, Feruz Shah na binti mfalme walielekea kwenye chumba kingine kidogo kizuri kilichoelekea bustanini ambako miti na maua ya kila rangi na kila namna yaliota na ambayo hayapatikani katika nchi ya Ajemi.

"Binti mfalme," alitamka yule kijana, "Awali niliamini kuwa Ajemi ni nchi inayoweza kujivunia makasri na bustani nzurinzuri kuliko nchi nyingine yoyote duniani. Lakini sasa, baada ya kuishuhudia bustani yako, macho yangu yamefunguka na naamini kuwa, kila kuliko na mfalme mkuu, pana majengo mazuri na bustani za kuvutia zinazomstahili."

"Mwana mfalme," binti mfalme wa Bengal alimjibu, "Sijui chochote juu ya bustani na makasri ya Ajemi yalivyo. Kwa hiyo, siwezi kuyafananisha na ya Bengal. Silishushi kasri langu, lakini nakuhakikishia kuwa ni duni sana ukililinganisha na la baba yangu, kama utakavyokubaliana nami utakapokuwa huko kesho, nikitumaini utakwenda kumwamkia baba yangu."

Binti mfalme alifikiri kuwa, kwa kumpeleka Feruz Shah kwa baba yake, mfalme atavutiwa na mwana mfalme wa Ajemi kwa tabia na sura na kwamba atamwoza bila pingamizi yoyote. Lakini jawabu la mwana mfalme wa Ajemi binti mfalme hakulitazamia.

"*Seyyidatina,*" alisema Feruz Shah, "kwa kukubali mwaliko wako kulizuru kasri la baba yako mfalme wa Bengal, si kwenda kuliona hilo jengo tu, bali ni kwenda pia kumzuru mfalme. Lakini, binti mfalme, nafikiri utakubaliana nami nikisema kuwa siwezi kwenda kumzuru mfalme mkuu kama baba yako bila kuwa na wafuasi wanaostahili cheo changu. Nikimwendea vivi hivi tu mikono mitupu, ataona mimi ni mtu duni asiyekuwa na cheo na kwamba ni mpita njia tu asiyekuwa na hadhi yoyote!"

"Kama ni hivyo," alijibu binti mfalme, "hapa unaweza kupata wafuasi wengi kadiri upendavyo. Kuna Waajemi wengi wafanyao biashara. Kuhusu fedha, hazina yangu iko wazi kwako. Chukua chochote ukitakacho."

Feruz Shah alijua sababu za ukarimu wote ule wa binti mfalme. Hata hivyo hakusahau wajibu wake. Kwa hiyo, bila kusitasita, alimjibu, "Sijui, binti mfalme, namna ya kukushukuru kwa ukarimu wako huo, ambao ningeukubali mara moja kama sikukumbuka hali aliyomo baba yangu kwa kunikosa. Sitastahili mapenzi yake na yote yale aliyonitendea kama sikurejea kwake upesi iwezekanavyo. Wakati mimi nikifurahia maisha pamoja na binti mfalme mzuri, yeye, nina hakika, yumo katika huzuni kubwa akiwa hana matumaini ya kuniona tena. Bila shaka unaelewa hali niliyomo na utakubaliana nami kuwa, nisiporudi, itaonyesha si kwamba sina shukrani tu, bali nimefanya jambo baya sana. Je, ni nani ajuaye kuwa kutokuwako kwangu kwetu kumeshamdhuru baba yangu? Lakini," aliendelea mwana mfalme, "baada ya kukueleza wajibu wangu huo, natumaini, kwa ruhusa yako, siku moja nitakuja kutoa heshima yangu kwa baba yako, mfalme wa Bengal. Si kama nilivyowasili sasa, bali kama mwana mfalme atakayekuja kukuposa. Siku zote baba yangu aliniambia kuwa, nikitaka kuoa, mimi mwenyewe nina uhuru wa kujichagulia mchumba. Kwa hiyo, nikimweleza ukarimu na jinsi ulivyonipokea na ulivyonikaribisha, bila kusitasita, atakubali matakwa yangu."

Binti mfalme wa Bengal, japokuwa aliona ukweli wa kauli ya Feruz Shah, hakufurahi kuondoka kwake akiamini asiyekuwapo machoni na moyoni hayumo. Kwa hiyo, alijaribu tena kumshawishi abaki akimwambia japokuwa anakubali shingo upande kuondoka kwake, anamsihi abaki naye kwa muda wa siku moja au mbili.

Feruz Shah, kwa hakika, hakuweza kumkatalia ombi lake hilo. Basi, binti mfalme, alipokubaliwa ombi lake hilo la mwisho, alianza kila siku kumtayarishia mgeni wake tafrija, sherehe, na maburudisho mbalimbali, uwindaji na mambo mengine chungu nzima. Kutahamaki, miezi miwili ilipita bila Feruz Shah kutambua! Mwisho, siku moja Feruz Shah alimwambia mwenyeji wake kuwa sasa hana budi kuondoka, akimsihi asimwekee vikwazo akimwahidi atarudi rasmi mara tu atakapojaaliwa kupata fursa.

"Binti mfalme," aliongeza, "pengine katika moyo wako unanifananisha na wale wajifanyao wapenzi ambao, mara tu watowekapo machoni, husahau kila kitu. Ukinifikiria hivyo, utakuwa unanikosea. Kama siogopi ukafikiri nakukosea, ningekusihi uje nami, kwani maisha yangu yanaweza tu kuwa ya furaha wakati ukiwa nami. Mintarafu kupokewa kwako katika nchi ya Ajemi, utapokelewa kwa mikono miwili kama ustahilivyo ukiwa binti mfalme. Na kuhusu baba yako Rajah wa Bengal, sina shaka, kama ulivyonieleza, atafurahi kupokea ujumbe kutoka kwa baba yangu kuwa utaolewa nami."

Ukimya wa binti mfalme na kutazama kwake chini, ilitosha kumthibitishia Feruz Shah kuwa hapingi kuongozana naye hadi Ajemi. Tatizo alilokuwa nalo binti mfalme walakini, ni kwamba Feruz Shah hakujua vizuri jinsi ya kumwongoza yule farasi, na huenda wakajikuta katika matatizo kama yalivyomkuta awali. Lakini mwana mfalme alimtuliza na kumtoa wasiwasi kwa kumwambia asiwe na hofu yoyote, kwani sasa anammudu vizuri yule farasi. Basi binti mfalme alianza kujitayarisha kwa hiyo safari ndefu ya siri, kwani hakutaka yeyote katika lile kasri ajue.

Yote yalipokamilika, mapema asubuhi ya pili, wakati kasri zima likiwa bado limelala fofofo, binti mfalme alitoka akaelekea kule darini ambako Feruz Shah alikuwa akimsubiri, na tayari alikomwelekeza Ajemi yule farasi. Kwanza yeye ndiye aliyempanda yule farasi, halafu akamsaidia binti mfalme akae nyuma yake. Alipokaa vizuri huku binti mfalme ameushikilia vizuri mkanda wa Feruz Shah, mwana mfalme alikizungusha kile kigingi, na yule farasi alianza kupaa angani, akiacha ardhi chini.

Yule farasi alipaa kwa kasi ileile aliyojia huku Feruz Shah akimwongoza vizuri. Baada ya muda wa saa mbili na nusu toka walipoondoka Bengal, Feruz Shah aliona Shiraz, mji mkuu wa Ajemi umetanda chini yake. Hakutaka kutua pale uwanjani alipoondokea, wala kwenye kasri la baba yake, bali alitua mbele ya nyumba yao ndogo iliyokuwa nje kidogo ya jiji. Hapo alimwonyesha binti mfalme chumba kizuri, akamwambia apumzike humo wakati yeye anakwenda kumwarifu baba yake kuwasili kwao, na kumtayarishia binti mfalme mapokezi rasmi yanayomstahili. Halafu alimwamrisha mlinzi mmoja amtayarishie farasi, akaondoka.

Kote barabarani alikopita wakati alipofika jijini, alipokelewa na watu kwa shangwe na vigelegele na kelele za furaha kutoka kwa raia waliokata tamaa ya kumwona tena. Alipowasili katika kasri la baba yake, alimkuta mfalme amezungukwa na mawaziri wake, wote wakiwa katika hali ya huzuni. Baba yake alipomwona, nusura arukwe akili kwa furaha ya kusikia tena sauti ya mwanawe! Alipojituliza, mfalme alimuuliza mwanawe amsimulie kisa chake.

Feruz Shah, bila kuchelewa, alimsimulia baba yake yote yaliyompata – toka kuondoka kwake mpaka kuwasili kwake kule kwenye lile kasri la binti mfalme wa Bengal, na jinsi alivyokarimiwa naye, bila kumficha baba yake kuwa amempenda binti huyo. "Na," aliendelea Feruz Shah, "baada ya kutoa ahadi kama ahadivyo mwana mfalme kuwa hutapinga ndoa yetu, nimemshawishi aongozane nami kwa kupanda nami yule farasi wa yule Mhindi. Sasa nimemwacha katika nyumba yako iliyoko shamba anakosubiri kwa wasiwasi kuhakikishiwa kuwa ahadi yangu haikuwa ya uongo."

Mwana wa Mfalme na Binti Mfalme Wakifika katika Jiji la Ajemi Juu ya Farasi wa Uchawi

Wakati akimwambia baba yake hayo, Feruz Shah alikuwa tayari ajitupe miguuni pa baba yake, lakini mfalme alimzuia, akamkumbatia, akamwambia, "Mwanangu, si kwamba nakubali kwa furaha isiyokuwa na kifani wewe kumwoa huyo binti Rajah wa Bengal, bali nitafanya haraka kumwendea kutoa heshima yangu kwake na kumshukuru mimi mwenyewe kwa ukarimu aliokufanyia. Halafu nitamleta mwenyewe humu katika kasri langu na kuwatayarishia sherehe ya arusi yenu."

Mara ileile mfalme Sabur alitoa amri nguo za msiba zivuliwe, na watu waanze kupiga ngoma, baragumu na zumari za furaha, na yule Mhindi atolewe korokoroni, aachiliwe aletwe mbele yake.

Amri ya mfalme ilitekelezwa mara moja, na yule Mhindi alifikishwa mbele ya mfalme Sabur akizungukwa na askari. "Nilikufunga," alisema mfalme Sabur, "ili, kama mwanangu akipotea, kichwa chako kiwe halali yangu. Sasa, baada ya muda mrefu, amerudi salama salimini, kwa hiyo, mchukue farasi wako, nenda zako nisikuone tena katika milki yangu!"

Yule Mhindi aliondoka haraka mbele ya mfalme Sabur. Alipokuwa nje, alimuuliza yule aliyemtoa korokoroni ni wapi alikokuwa mwana mfalme Feruz Shah wakati wote ule, na alikuwa akifanya nini. Yule mtu alimweleza yote, na jinsi Feruz Shah alivyokuja na binti mfalme wa Bengal anayemsubiri kule shamba kwenye nyumba ya mapumziko ya mfalme aliko farasi wake. Maelezo hayo yalimfanya yule Mhindi achukue hatua ya kujilipia kisasi kwa kile kifungo alichofungwa.

Basi, bila kuchelewa, alielekea moja kwa moja mpaka kule shamba, akamwarifu bawabu wa ile nyumba kuwa ametumwa na mfalme Sabur na mwana mfalme Feruz Shah kuja kumchukua binti mfalme wa Bengal kwenye yule farasi na kumpeleka mjini kwenye kasri la mfalme.

Yule mlinzi alimtambua yule Mhindi kwani alimwona kabla hajafungwa, na kumwona huru sasa, aliamini yale aliyoyasema. Kwa hiyo, hakumfanyia pingamizi yoyote, bali alimwongoza mpaka kwa binti mfalme wa Bengal. Na binti mfalme naye aliposikia kuwa yule Mhindi ametumwa na mpenzi wake, alikubali kufanya kama vile alivyoambiwa.

Yule Mhindi, akifurahi kwa kufanikiwa kwa mpango wake, alipanda farasi, akamsaidia binti mfalme apande nyuma yake, akakizungusha kile kigingi. Wakati huo Feruz Shah alikuwa akiondoka katika kasri la baba yake akiongozana na mfalme baba yake na wanamajilisi wote wakielekea kule aliko binti mfalme. Akijua hivyo, yule Mhindi, kusudi, alimwelekeza yule farasi kule jijini walikokuwa wakija mfalme na kundi lake ili kuwaonyesha jinsi anavyolipa kisasi kwa kule kufungwa kwake bila kosa.

Mfalme Sabur alipomwona yule farasi na wale waliompanda, alisimama kwa mshangao, akaanza kumlaani yule Mhindi, ambaye naye alisikia akijua kuwa hakuna yeyote atakayeweza kumfanya lolote.

Japokuwa mfalme Sabur alikuwa na ghadhabu, hakumshinda mwanawe Feruz Shah aliyemwona mpenzi wake akichukuliwa upesi vile bila yeye – wala mwingine yeyote – kuweza kufanya lolote. Akiwa anashindwa la kusema kwa uchungu wa kutomlinda vizuri binti mfalme, alimwona mpenzi wake akitoweka kwa urahisi machoni pake. Je, sasa afanye nini, arudi na baba yake mjini atakakokuwa na majonzi siku zote? Mapenzi yake na ushujaa wake ulimkataza kufanya hivyo.

Kule kutoweka vile kwa binti mfalme kulimfanya bawabu wa ile nyumba kuona kosa alilolifanya. Alijitupa miguuni pa Feruz Shah, akamwomba msamaha. "Nyanyuka," alitamka mwana mfalme, "mimi ndiye sababu ya yote yaliyotokea, si wewe. Sasa nenda ukanitafutie lebasi ivaliwayo na Madarwishi; lakini usiseme ni yangu."

Mbali kidogo na pale, palikuwa na makao ya madarwishi, na Sheikh wao mkuu alikuwa rafiki wa yule mlinzi wa ile nyumba. Kwa kumwambia uwongo alioutunga njiani, ilikuwa rahisi kupata nguo za kidarwishi, ambayo ilivaliwa na Feruz Shah badala ya nguo zake za kawaida Akijibadili hivyo, na akificha kijaluba cha lulu na almasi kama zawadi kwa binti mfalme, Feruz Shah alitoka mle usiku, bila kujua anaelekea wapi akikata shauri kuwa hatarejea mpaka ampate mpenzi wake, binti mfalme wa Bengal.

Yule Mhindi alimwelekeza yule farasi upande ambako, baada ya muda, alifika kwenye msitu mkubwa karibu na mji mkuu wa utawala wa Kashmir. Akiwa na njaa, na akijua kuwa, bila shaka hata binti mfalme anataka chakula, yule Mhindi alimwelekeza yule farasi ardhini, akatua, akamwacha binti mfalme kivulini karibu na ukingo wa chemchemi ya maji, akaenda mjini kutafuta chakula.

Binti mfalme alipojiona yuko peke yake, alijiwa na fikra ya kukimbia na kujificha. Lakini kwa kuwa alizidiwa na njaa, kwani alikuwa hajala toka alipoondoka kwao Bengal, alijiona hana nguvu ya kuweza kukimbia, akaachana na fikra hiyo. Yule Mhindi aliporejea na chakula, binti mfalme alikula kwa hamu. Aliposhiba, akapata nguvu, akaweza kumjibu yule Mhindi wakati akimtolea ukali.

Akiogopa vitisho vyake, binti mfalme alinyanyuka, akaanza kupiga kelele akiomba msaada. Kwa bahati, kelele zake ziliwavutia askari wapandafarasi waliomjia na kumuuliza ni kitu gani kilichokuwa kikimfanya apige kelele vile.

Kiongozi wa wale wapandafarasi alikuwa ni Sultani wa Kashmir akitoka mawindoni. Alimgeukia yule Mhindi, akamuuliza yeye ni nani na ni nani yule msichana aliye naye. Yule Mhindi alijibu kwa ujeuri kuwa yule ni mke wake, na hakuna yeyote anayeweza kuwaingilia katika ugomvi wao.

Binti mfalme, ambaye hakumjua yule aliyekuwa akiwahoji, alikana akisema, "Seyyid yangu yeyote uliye, usiamini hayo anayosema mtu huyu. Ni mchawi mbaya aliyeninyakua leo kutoka kwa mchumba wangu, mwana mfalme wa Ajemi, akanileta hapa kwa farasi huyu wa kichawi." Binti mfalme angeendelea kumweleza matatizo yake kama si machozi kumtiririka na kilio chake cha kwikwi. Yule Sultani wa Kashmir, akimwamini binti mfalme kwa kumwona vile alivyo, na kwa kile kisa chake, aliwaamrisha wanajeshi wake wamkamate yule Mhindi, wamkate kichwa mara ileile, jambo lililotekelezwa mara moja.

Binti Mfalme wa Bengal Akimlilia Sultani wa Kashmir

Japokuwa binti mfalme aliokoka kutoka katika hatari moja, ilidhihirika baadae kuwa ameingia katika hatari nyingine kubwa. Kwani yule Sultani, baada ya kuamrisha binti mfalme aletewe farasi na apelekwe kwake alikopewa chumba kizuri katika kasri la Sultani, na kuwekewa wajakazi wa kumhudumia, na matowashi wa kumlinda, bila kumpa binti mfalme nafasi ya kumshukuru, alimwamrisha apumzike mpaka kesho.

Binti mfalme, kwa kuwa alikuwa amechoka sana, alilala vizuri akiamini kuwa, kesho atakapomhadithia Sultani kisa chake, atamwonea huruma na kumrudisha mara moja kwa Feruz Shah. Lakini mambo yakawa kinyume kabisa na vile alivyotazamia.

Wakati yule Sultani wa Kashmir alipoondoka kwa binti mfalme jioni ile, alikata shauri kusichwe jioni ya pili bila kumwoa binti mfalme. Kulipokucha siku ya pili, arusi ilitangazwa kwa ngoma, matarumbeta, zumari na baragumu, na kwa vigelegele na shamrashamra chungu nzima. Binti mfalme wa Bengal, alfajiri, aliamshwa kwa zile kelele bila yeye kujua hizo ni kelele za nini mpaka Sultani alipoingia ndani mara tu binti mfalme alipovaa nguo. Baada ya kumjulia hali, Sultani akamweleza kuwa matarumbeta yote hayo anayoyasikia ni sehemu ya sherehe za arusi yao, akimwamrisha ajitayarishe.

Habari hii ya kushtukiza ilimfanya binti mfalme ashtuke, akaanguka chini akazimia.

Wajakazi waliomshughulikia, walimkimbilia, wakishirikiana na Sultani mwenyewe, wakajaribu kumwamsha, lakini wapi! Walakini, baada ya muda, taratibu, binti mfalme alianza kupata fahamu. Ili asivunje ahadi aliyomwekea Feruz Shah kwa kukubali kuolewa naye, binti mfalme alijitia wazimu. Akaanza kupayuka na kusema ovyo maneno yasiyoeleweka, na kuonyesha ishara ngeni wakati Sultani amesimama pale akimwangalia kwa huzuni na kwa mshangao mkubwa. Kwa kuwa ile hali yake mpya haikuonyesha dalili yoyote ya kubadilika, Sultani alitoka akamwacha binti mfalme mikononi mwa wale wajakazi wake akiwaamrisha wamtunze vizuri.

Kadiri siku zilivyoendelea mbele, ndivyo ule ugonjwa wa wazimu aliojitia binti mfalme ulivyoongezeka. Usiku hali yake ikawa ni mbaya zaidi.

Siku kadha ziliendelea hivyo mpaka mwisho Sultani wa Kashmir alikata shauri kuwaita waganga na matabibu wake wote, akawaeleza juu ya hali ya binti mfalme. Walimjibu kuwa ugonjwa wa kichaa uko wa namna nyingi na tofauti, na kwamba si rahisi kutoa ushauri wao bila kumwona mgonjwa. Basi Sultani alitoa amri waganga hao wapelekwe mmojammoja mpaka kwa binti mfalme mgonjwa, kufuatana na vyeo vyao.

Binti mfalme alijua hayo yatatokea na kwamba, akikubali kusogelewa na kuguswa na mganga mmoja, hata akiwa ni mpumbavu wa namna gani, atajua kuwa ni mzima kabisa, na kwamba kichaa chake ni cha kujitia. Kwa hiyo, kila mganga aliyemsogelea, binti mfalme alipandisha ghadhabu, akaanza zogo kubwa mpaka ikawa ni vigumu kumsogelea. Wachache waliojifanya ni hodari kuliko wenzao, na waliosema wanaweza kujua ugonjwa wa mtu kwa kumwona kwa mbali, walimwandikia na kumpatia dawa za kunywa lakini hazikufaa.

Sultani wa Kashmir alipoona waganga wake wote hawakuweza kumtibu binti mfalme, aliwaita wale wa mjini, akawaita na wa miji mingine. Alipoona wote wameshindwa, alituma taarifa katika nchi jirani akieleza waziwazi kichaa cha binti mfalme, akiahidi atalipa gharama zozote za matibabu na ujira mzuri kwa mganga atakayemtibu mgonjwa. Kutokana na tangazo hili, wataalamu na waganga wengi wa kigeni walimiminika huko Kashmir. Kama inavyoweza kueleweka, hata wao nao jitihada zao zilishindikana kama za wale waganga wengine waliowatangulia, kwani matibabu ya binti mfalme hayakutegemea ujuzi bali yalimtegemea yeye mwenyewe.

Ni wakati huo ndipo mwana mfalme Feruz Shah, akisafiri kwa huzuni kutoka nchi hadi nchi, alipowasili katika jiji moja la Bara Hindi alikosikia mengi kuhusu binti mfalme wa Bengal aliyeingia kichaa siku ile aliyotaka kuolewa na Sultani wa Kashmir. Habari hiyo ilimfanya Feruz Shah aharakishe safari yake kuelekea huko na kuuliza habari kamili za binti mfalme huyo. Alipogundua kuwa amempata binti mfalme aliyempotea siku nyingi, alianza mpango wa kumwokoa. Jambo la kwanza alilolifanya lilikuwa ni kupata joho la kiganga. Lebasi hiyo, pamoja na ndevu zake ndefu alizozifuga toka aanze safari yake ndefu, alionekana kweli ni mganga. Halafu alielekea kule kwenye kasri la Sultani, akaongea na bawabu mkuu akiomba radhi kuwa, japokuwa anadai anaweza kumtibu binti mfalme, ambapo waganga wengi waliomtangulia wameshindwa, yeye, alisema, anajua siri ya uganga maalumu ambao umekwisha wasaidia wengi wenye vichaa.

Yule bawabu alimkaribisha akimhakikishia kuwa Sultani naye atampokea kwa mikono miwili na akifanikiwa kumtibu binti mfalme, atatunukiwa tuzo zuri sana.

Feruz Shah, akijifanya mganga, alifikishwa mbele ya Sultani wa Kashmir, na Sultani hakupoteza wakati bali alimwambia na kumwonya kuwa, mgonjwa, mara tu amwonapo mganga, huzidiwa na kichaa, na hupaaza sauti na kumshambulia. Hapo akamwongoza mwana mfalme mpaka kwenye dari ya kile chumba alimokuwamo binti mfalme kilichokuwa na uwazi juu darini wa kuweza kumwona binti mfalme, bila mwangaliaji kuonekana.

Feruz Shah alichungulia, akamwona binti mfalme wa Bengal ameliegemea kochi huku machozi yakimtiririka akiimba taratibu wimbo wa huzuni kwa masaibu yaliyompata na kutokuwa na uwezo wowote wa kuweza kukutana tena na mpenzi wake. Moyo wa Feruz Shah ulimwenda mbio zaidi wakati akimsikiliza, kwani hakuhitaji tena ushahidi wowote kumthibitishia kuwa kichaa cha binti mfalme ni cha uongo na cha kujitakia, na kwamba ni mapenzi tu, kwa ajili yake yeye, ndiyo yaliyomfanya achukue hatua ile. Taratibu alishuka pale darini, akamwendea Sultani, akamhakikishia kuwa kuna uwezekano wa kumtibu binti mfalme, lakini ni lazima kwanza amwone aongee naye. Sultani alikubali, akamwambia mtumishi mmoja amwongoze mpaka kwenye chumba cha binti mfalme.

Mara tu binti mfalme alipoona joho la kiganga, aliruka kwa ghadhabu kutoka pale alipokuwa ameketi, akaanza kummiminia mganga matusi. Mwana mfalme hakumjali, alimsogelea ili yale aliyotaka kumwambia asiyasikie mwingine isipokuwa binti mfalme tu. Akamnong´oneza, "Hebu nitazame vizuri, binti mfalme utaona kuwa mimi si mganga bali ni Feruz Shah, mwana mfalme wa Ajemi aliyekuja kukuokoa."

Kuisikia sauti yake, ghafla binti mfalme wa Bengal alitulia, akaonekana amebadilika sura, akawa na uso wa furaha. Aliduwaa kwa muda, akawa kimya. Hapo ndipo mwana mfalme alipopata nafasi ya kumweleza yote yaliyojiri, jinsi alivyokata tamaa alipomwona akitoweka vile angani mbele ya macho yake bila kuwa na uwezo wowote na jinsi alivyoapa kumtafuta kote ulimwenguni na furaha aliyokuwa nayo aliposikia kuwa yumo katika kasri la Sultani wa Kashmir. Halafu akamtaka binti mfalme naye amsimulie jinsi alivyofika pale ili ajue jinsi ya kumwokoa kutoka katika mikono ya yule Sultani mwovu.

Binti mfalme alihitaji maneno machache tu kumweleza kinagaubaga jinsi mambo yalivyomwendea, na jinsi alivyolazimika kujitia kichaa kuepuka kuolewa na yule Sultani. Kama ililazimika, alisema, alikuwa tayari kufa kuliko kulazimishwa kuolewa kwa nguvu na kuvunja ahadi yake kwake.

Halafu Feruz Shah alimuuliza, kama yule Mhindi aliuawa, je anajua lolote lililompata yule farasi wa uchawi? Binti mfalme alijibu kuwa hajui lakini, alisema, hafikiri kuwa Sultani atamsahau yule farasi, kwani alimwambia thamani yake.

Basi, Feruz Shah alifanya mpango ya kumwokoa binti mfalme na kurejea naye hadi kwao Shiraz katika nchi ya Ajemi. Hatua ya kwanza, waliafikiana, ni binti mfalme kuvaa lebasi nzuri asubuhi ya pili na kumpokea Sultani kwa heshima wakati atakapomtembelea.

Sultani alifurahi sana kusikia kuwa mganga aliweza kuongea na mgonjwa akimsifu kwa ujuzi wake. Alizidi kustaajabu na kumsifu zaidi wakati asubuhi ya pili alipomwona binti mfalme amebadilika kabisa na amempokea vizuri akiamini haitachukua muda kwa binti mfalme kupona kabisa. Alimwambia binti mfalme kuwa amefurahi sana kumwona afya yake inamrudia, na kwamba afuate tu maagizo ya yule mganga anayemwamini kwa matibabu yake. Baada ya hapo, Sultani alitoka mle bila kungoja jawabu lolote kutoka kwa binti mfalme.

Mwana mfalme naye alitoka mle wakati uleule, akaomba aambiwe jinsi yule binti mfalme wa Bengal alivyofika katika ile nchi ya Kashmir iliyo mbali na kwao, na jinsi alivyokutwa peke yake msituni. Sultani aliona hilo ni swali la kawaida tu, akamweleza kama vile Feruz Shah alivyoelezwa na binti mfalme, Sultani akiongeza kuwa ametoa amri yule farasi ahifadhiwe katika hazina yake, japokuwa hajui jinsi ya kumtumia.

"Seyyid yangu," alijibu mganga Feruz Shah, "maelezo yako yamenionyesha njia ya kukamilisha matibabu ya binti mfalme. Kwani wakati wa safari yake kwenye mgongo wa huyo farasi, sehemu ya uchawi wa huyo farasi ndio uliomwingia na ndio chanzo cha ugonjwa wake, na anaweza tu kuzinguliwa kabisa kwa matumizi ya uturi fulani niujuao siri yake. Kama utaniruhusu, na utaamrisha majilisi yako na raia wengine mashuhuri wahudhurie, na yule farasi aletwe kwenye uwanja mbele ya kasri lako. Baada ya muda, nakuhakikishia utamwona binti mfalme akiwa katika hali ya afya njema na amepona kabisa kama alivyokuwa awali. Na kuwafanya wote waliohudhuria kuvutiwa zaidi, napendekeza binti mfalme avalishwe lebasi nzuri na vito vya kisultani."

Sultani hakusita kukubali kutayarishwa kwa tamasha hiyo iliyopendekezwa na mganga. Asubuhi ya pili aliamrisha yule farasi aletwe kwenye uwanja mpana ulioko mbele ya kasri lake. Mara ileile habari zilienea katika jiji zima kuwa jambo la ajabu litatokea huko. Hapo halaiki ya watu ilijikusanya mpaka ikabidi walinzi waitwe kuwazuia.

Kila kitu kilipokuwa tayari, Sultani alitokea, akaketi kwenye kiti chake cha enzi kilichowekwa kwenye jukwaa maalumu akizungukwa na wanamajilisi yake na waungwana wengine mashuhuri walioalikwa rasmi. Wote walipoketi, binti mfalme wa Bengal alionekana akitoka katika kasri akiongozana na wasichana maalumu waliochaguliwa na Sultani waongozane naye. Alimwendea taratibu yule farasi, na kwa msaada wa wale wasichana, alimpanda mgongoni. Alipokaa vizuri, na miguu yake ikiwa katika vikanyagiyo, na ameshika hatamu, mganga alimzungushia yule farasi *seredani* nyingi zilizojaa makaa ya moto, akatia mafukizo yenye harufu nzuri. Halafu aliweka mikono yake kifuani pake, akamzunguka yule farasi mara tatu akitamka maneno yasiyoeleweka. Mara ileile moshi mnene uliotoka mle motoni ulimficha yule farasi na binti mfalme. Huo ndio wakati Feruz Shah aliousubiri. Akimrukia yule farasi nyuma ya binti mfalme, aliinama, akakizungusha kile kigingi, mara yule farasi akaanza kutingishika, akapaa angani. Hapo Feruz Shah alisema kwa sauti ya juu iliyosikika na wote waliohudhuria pale, "Ewe Sultan wa Kashmir, unapotaka kumwoa binti mfalme yeyote aliyejisalimisha mikononi mwako, jifunze kwanza namna ya kumuuliza kama ataafiki au la!"

Hivyo ndivyo Feruz Shah, mwana mfalme wa Ajemi, alivyomwokoa binti mfalme wa Bengal, akarudi naye kwao Shiraz ambako, safari hii, alitua naye mbele ya kasri la baba yake, mfalme Sabur. Arusi yao iliahirishwa kwa muda tu wa kutayarisha sherehe, na kutumwa mjumbe maalumu kupeleka taarifa kwa mfalme wa Bengal kumwarifu yaliyotokea, na kumwomba idhini binti yake kuolewa na Feruz Shah, mwana mfalme wa Ajemi, ili kuanzisha uhusiano mwema na kujenga udugu baina ya nchi hizo mbili, jambo ambalo mfalme wa Bengal alilikubali kwa furaha!

Feruz Shah Akiruka Tena na Binti Mfalme

Waziri Mwema Aliyefungwa Bila Kosa

Waziri mmoja mwema, mwaminifu kwa Sultani wake na aliyeheshimiwa sana na raia, baada ya kusingiziwa na maadui zake kosa la uhaini, kwa amri ya Sultani, alifungwa katika handaki la giza ardhini wafungwamo wahalifu wakubwa, ambako mara moja kwa siku, alilishwa kipande kidogo cha mkate na maji kidogo ya kunywa. Aliishi katika hali mbaya hii kwa muda wa miaka saba.

Siku moja Sultani aliyekuwa na tabia ya kujigeuza Darwishi na kutembeatembea mitaani, usiku mmoja kwa bahati tu, wakati alipokuwa akipita penye nyumba ya yule waziri, aliona mlango uko wazi. Ndani ya nyumba hiyo idadi ya wafanyakazi wakijishughulisha kuisafisha na kuitayarisha kwa mapokezi ya mwenye nyumba. Walisema kuwa amewaamrisha kwa kuwaletea taarifa kutoka kifungoni kuwa, kwa amri ya Sultani, ataachiwa huru siku ile na atarejea nyumbani kwake.

Sultani aliyemsahau kabisa yule waziri, alistaajabu sana kusikia maneno yale ya wafanyakazi. Alifikiri labda, kile kifungo cha muda mrefu, ndicho kilichomharibu akili waziri na kumfanya apayuke tu kuwa ataachiliwa. Hata hivyo, Sultani, ambaye hakutambulikana na yeyote, alikata shauri kwenda jela kumtembelea yule waziri.

Alinunua mikate na vitamutamu vichache, akaelekea jela, akawaomba askari jela wamwachilie kwa sababu akiwa ni Darwishi, alisema anataka kugawa sadaka kwa wafungwa. Askari jela alimruhusu azuru sehemu mbalimbali walimofungwa wahalifu. Mwisho alifika mle alimofungwa yule waziri ambaye, alipomwona Darwishi, alimuuliza kilichomleta mle.

"Nimekuja," alitamka Sultani, "kukuletea sadaka na kukuombea Mungu kama nilivyokuwa nikifanya kila siku na kukupongeza kuachiliwa kwako ambako, kama nilivyosikia nilipopita karibu na nyumba yako, itakuwa ni leo – japokuwa jambo hilo bado halijatangazwa rasmi na Sultani."

"Hilo linaweza kuwa la kweli, Darwishi mwema," alisema yule waziri. "Na Insha-Allah itakuwa hivyo kabla hakujakuchwa, na natumaini kukabidhiwa tena na Sultani wadhifa wangu wa uwaziri."

"Insha-Allah nakuomba Mwenyezi Mungu mambo yatakuwa hivyo," alijibu Sultani, akiongeza, "lakini ulijuaje na unategemeaje kuwa jambo hilo litatokea leo?"

"Kaa, Darwishi mwema, nikueleze," alisema yule waziri akaanza kusimulia hivi: "Jua, rafiki yangu, kuwa maisha yamenifundisha kuwa mahali pa mafanikio, wakati mwingine, huchukuliwa upesi na bahati mbaya. Na kina cha mabaya, wakati mwingine mahali pake huchukuliwa na mema.

Wakati niliposhika wadhifa wa uwaziri, nilipendwa sana na raia kwa kuuendesha vyema wajibu wangu hata nikapendwa sana na Sultani mwenyewe, ambaye heshima na wema wake, kwangu yalikuwa mambo niliyoyaweka mbele, na ambaye nimekuwa nikimwombea Mungu – hata wakati nikiwa humu nilimo sasa.

Jioni moja, wakati nikiwa ndani ya mashua na wenzangu, tukipunga upepo kandokando ya mto huku tukinywa kahawa, kikombe changu nilichokishika mkononi nilichokuwa nikinywea kahawa, kilichonakshiwa kwa vito, na nilichokithamini sana, kiliniponyoka, kikatumbukia majini. Mara ileile niliamrisha mashua isimamishwe, nikamwahidi mpigambizi mmoja aliyekuwamo mle mashuani kuwa, akikitoa kile kikombe changu, nitampa ujira mzuri.

Mara ileile yule mpigambizi alivua nguo, akaniambia nimwonyeshe ni sehemu gani kile kikombe kilipotumbukia. Niliponyoosha mkono wangu uliokuwa na pete ya jiwe la almasi kumwonyesha mahali palipotumbukia kile kikombe, bila kutazamia, ile pete nayo ilichomoka kidoleni, ikatumbukia mle majini!

Wakati nikijilaumu kwa kutojihadhari kwangu, yule mpiga mbizi alijitosa pale ile pete ilipotumbukia, na baada ya dakika chache, aliibuka tena huku amekishika mkononi kile kikombe ambamo, kwa mastaajabu yangu makubwa, niliikuta ile pete yangu mle ndani! Yule mpigambizi nilimlipa ujira mzuri, nikawa naifurahia bahati yangu nzuri ya kuvipata tena vile vitu vyangu. Ndipo nikakumbuka kuwa, bahati nzuri kama hii, aghalabu hufuatwa upesi na maafa au balaa. Jambo hilo lilinitia wasiwasi, nikarejea nyumbani nikiwa na moyo mzito. Usiku uleule maadui zangu walinisingizia kwa Sultani kuwa mimi ni haini mkubwa. Sultani, bila kuchunguza ukweli wa kauli hiyo, aliwaamini na asubuhi ya pili, haraka bila kuulizwa lolote nilikamatwa nikafungwa humu unamoniona sasa. Nimekuwa mahabusu kwa muda wa miaka saba nikilishwa kipande cha mkate mkavu mchana na maji kidogo ya kunywa. Mwenyezi Mungu, walakini, amenipa ishara. Leo kumetokea jambo ambalo limenifanya niamini kuachiliwa kwangu kabla hakujakuchwa na kukabidhiwa tena na Sultani ule wadhifa wangu wa uwaziri ili nimhudumie tena kwa nia njema kama nilivyomhudumia awali.

"Ni lazima ujue, ewe Darwishi mwema, kuwa leo asubuhi niliingiwa na hamu ya kula nyama. Nilimsihi mlinzi mmoja kwa kumpa sarafu moja ya dhahabu niliyokuwa nayo akaninunulie nyama. Yule mlinzi aliyenizoea na kunionea huruma, alikwenda mgahawani akaniletea supu iliyokuwa na pande la nyama ya kondoo. Lakini kabla ya kuila ile nyama, kama ilivyo desturi yangu, nilikwenda kutawadha. Ghafla alitokea panya mkubwa, akainyakua ile nyama, akatoweka nayo! Nusura niingie kichaa kwa uchungu kuona ile nyama ikitoweka vile. Machozi yalianza kunititiririka, lakini mwisho roho ilinitulia, nikafikiri kuwa, kifungo changu kilitokea mara tu nilipojaaliwa kupata ile bahati nzuri ya kukipata tena kile kikombe na pete yangu. Kwa hiyo, bahati mbaya hii kubwa iliyonitokea baada ya kifungo cha miaka saba, niliamini bila shaka itafuatwa na mema. Kwa imani hiyo, nilimwomba mlinzi akawaarifu wafanyakazi wangu waisafishe nyumba waipambe na waweke kila kitu tayari kwa kuamini kuachiliwa kwangu kutakakotokea leo."

Sultani, kwa kauli ya yule waziri wake, aliamini kuwa hakuwa haini na alifungwa bila kosa lolote. Kwa kuwa hakutaka ajulikane, alijizuia mpaka waziri alipomaliza kusimulia, akaaga akisema kuwa anatumaini kwa imani yake yatatekelezeka.

Sultani alirejea kwake bila kutambulikana, akaingia majilisini, akaanza shughuli zake kama kawaida. Halafu alitoa amri waziri aachiliwe huru. Akampelekea joho la heshima na wasimamizi wazuri wa kumsindikiza mpaka majilisini. Wakati huohuo alitoa amri wale maadui zake wakamatwe, na mali yao yote itaifishwe, wao wauawe mara moja kwa kosa la kumsingizia waziri kosa ambalo hakulifanya.

Waziri alipowasili, Sultani alinyanyuka kwa heshima na taadhima, akamkabidhi tena wadhifa wake na muhuri wa serikali, akamwalika faragha katika chumba kingine, akampigia magoti, akamwomba radhi, akamkumbatia na kumwomba asahau yote yaliyopita. Mwisho, akamweleza waziri kuwa yeye ndiye yule Darwishi aliyemtembelea mle korokoroni. Kutoka majilisini Sultani alimwalika kwenye kasri lake wakale pamoja!

Dada Wawili Waliomwonea Mdogo
Wao Kijicho

Hapo kale, alianza Shahrazad, palikuwa na Sultani mmoja wa Ajemi aliyeitwa Khosru Shah ambaye, aliporithi kiti cha enzi cha marehemu baba yake, ili kujua na kupata maarifa ya yale yatendekayo katika milki yake, alikuwa na tabia ya kutembea mitaani jioni baada ya kujibadilisha sura kwa kuvaa nguo za kigeni huku akifuatana na waziri wake mkuu mwaminifu.

Jioni moja, wakati akiwa na waziri wake huyo, walijibadili sura wakaingia jijini. Wakati walipokuwa wakipita kwenye barabara moja katika sehemu inayokaliwa na watu fukara, alisikia sauti za kike. Alielekea kule zilikotoka, akachungulia dirishani, akaona taa ndogo iliyowaangaza ndugu watatu wa kike waliokaa wakiongea chumbani. Kwa kauli ya yule mkubwa, Sultani alitambua kuwa walikuwa wakiongea juu ya matakwa ya kila mmoja wao. Yule mkubwa alisema, "Kwa kuwa kila mmoja wetu anaongelea lile alipendalo, mimi ningependa kuolewa na mwoka mikate wa Sultani, kwani akinioa, nitaweza kula na kushiba mikate mizuri amwokeayo Sultani. Hebu nisikie matakwa yenu na nyinyi dada zangu kama yatakuwa ni sawa na lile nililolichagua mimi."

"Mimi," alitamka dada wa pili, "ningependa kuwa mke wa mpishi mkuu wa Sultani. Angenioa, ningevifaidi vyakula vizuri na milo mizuri mbalimbali ampikiayo Sultani. Na kwa kuwa mikate aokewayo Sultani ni sehemu ya chakula chake, ningeifaidi pia."

"Nilitakalo mimi," alisema mdogo wao, ambaye alikuwa mzuri kuliko dada zake, "ni tofauti kabisa na matakwa yenu. Mimi, dada zangu, sitapoteza wakati wangu kwa kutaka milo. Kwa kuwa kila mmoja wetu ataja alitakalo, mimi binafsi nataka kuolewa na Sultani mwenyewe niwe malkia wake. Akinioa, nitamzalia mwana mfalme mwenye nywele za rangi ya dhahabu, mwenye akili kama mchwa, ambaye machozi yake yatakuwa ya lulu, na akitabasamu midomo yake itafanana na ua la waridi lililochanua."

Matakwa ya wale wasichana watatu, hasa lile la mdogo wao, lilimpendeza na kumvutia sana Sultani. Kwa hiyo, alikata shauri kumtimizia kila mmoja wao lile alilolichagua, lakini bila kumwambia waziri wake. Alimwambia tu kuwa aikumbuke vizuri ile nyumba na kwamba kesho awalete mbele yake wale wasichana watatu.

Waziri mkuu, kwa kutimiza amri ya Sultani, asubuhi ya pili alikwenda kule. Kwanza aliwapa nafasi wale watoto wa kike watatu wavalie vizuri, halafu akawapeleka kwa Sultani bila kuwaambia sababu. Alipowafikisha, Sultani aliwauliza, "Mnakumbuka yale matakwa yenu mliyoyachagua jana usiku wakati mkiongea? Msinifiche, niambieni ukweli."

Kwa kauli hii ya Sultani, ambayo hawakuitazamia, wale wasichana watatu walianza kubabaika, wakashindwa la kusema. Waliona haya, wakatazama chini wakibadilika rangi ya uso kwa kuona haya hasa yule mdogo wao aliyemvutia sana Sultani. Wakidhani wamemuudhi Sultani wakati wa yale mazungumzo yao, wale wasichana waliingiwa na hofu, wakakaa kimya wakishindwa kumjibu.

Sultani, kuona vile walivyokuwa, ili kuwatia moyo na kuwaondoa wasiwasi, aliwaambia, "Msiogope, sikuwaita niwaadhibu. La hasha, nimewauliza hivyo kwa sababu najua kila mmoja wenu lile alitakalo. Kuwaambia nililowaitia, kila mmoja wenu nitamtimizia lile alilolichagua. Wewe," aliongeza Sultani akionyesha kidogo kwa yule mdogo, "uliyetaka kuwa malkia, pendekezo lako nitalitimiza leo. Na nyinyi," Sultani akiashiria wale dada zake wawili, aliwaambia, "mmoja ataolewa na mpishi wangu mkuu na wa pili nitamwoza mwoka mikate yangu, kama vile mlivyochagua nyinyi wenyewe."

Sultani alipomaliza kutamka maneno hayo, yule mtoto wa kike mdogo alijitupa miguuni pa Sultani, akatamka, "Seyyid yangu, kwa kuwa matakwa yangu yamejulikana nawe, nataka kukuarifu kuwa yalikuwa ni matakwa ya mazungumzo tu ya kupitisha wakati. Aslani mimi sistahili heshima hiyo unayonitunukia. Kwa hiyo, nakuomba radhi unisamehe kwa yale niliyoyasema."

Wale dada zake wangeomba msamaha pia, lakini Sultani aliwakata kauli kwa kusema, "La, la! matakwa yenu yatatekelezwa kama mlivyotaka. Kila mmoja wenu atatimiziwa lile alilolichagua."

Basi, sherehe za arusi zilifanyika usiku uleule kama alivyoahidi Sultani, lakini zikawa tofauti. Ile ya yule mdogo, kwa kuwa aliolewa na Sultani mwenyewe, ilikuwa ya fahari kama ilivyostahili. Zile za dada zake zilifanywa kufuatana na cheo na tabaka za waume zao.

Wale dada wawili, japokuwa walitimiziwa matakwa yao ambayo wasingeyapata aslani, walichukizwa sana na ile tofauti kubwa ya sherehe za arusi zao ikilinganishwa na ile ya mdogo wao. Wakamwonea wivu sana mdogo wao, kitendo ambacho, kwa muda mrefu kiliwakaa nyoyoni na kilichomsikitisha sana mdogo wao, malkia. Walakini, hawakuwa na nafasi ya kuyaongea wazi kwa nini Sultani alimchagua mdogo wao badala ya mmoja wao. Baada ya siku chache, wakati walipopata nafasi ya kukutana peke yao kwenye hamamu ya jiji, yule mkubwa akamwambia mwenzake, "Wasemaje juu ya bahati ya mdogo wetu? Unafikiri anastahili kuwa malkia?"

"Sijui kwa nini Sultani amemchagua yeye. Ni kitu gani alichokiona na kilichomvutia kutoka kwa kiumbe yule? Heri angekuchagua wewe, kwani wewe mkubwa wetu ndiye ustahiliye kulala kitandani mwa Sultani badala yake."

"Dada," alitamka yule mkubwa, "nisingesikitika kama angekuchagua wewe. Kinachoniuma zaidi ni Sultani kumchagua yule mdogo wetu asiyestahili sifa yoyote. Lakini usijali, nitalipiza kisasi. Na wewe, nafikiri jambo hili linakuuma pia kama liniumavyo mimi. Kwa hiyo, napendekeza tushirikiane tuchukue hatua ya pamoja dhidi yake. Wasiliana nami kuhusu hatua unayoona ni nzuri kumchukulia. Kwa upande wangu, nitakuarifu lile nitakaloona linafaa kumchukulia."

Baada ya kukubaliana juu ya uovu watakaomchukulia mdogo wao, wale dada wawili walitembeleana mara kwa mara wakijadiliana juu ya lile ambalo wangefanya dhidi ya mdogo wao ili kumharibia maisha yake. Walitoa mapendekezo mengi, lakini walishindwa kuyatekeleza. Wakati wote huo wamekuwa wakimtembelea mdogo wao wakijifanya wema. Malkia, kwa upande wake, aliwapokea dada zake kwa moyo safi. Yeye hakuonyesha kiburi, maringo wala majivuno yoyote. Aliwapenda dada zake kama alivyowapenda awali.

Baada ya miezi michache, malkia alishika mimba. Sultani aliposikia habari nzuri hii, alifurahi kupita kiasi. Ikatangazwa kote katika milki yake ya Ajemi. Wale dada zake wawili waliposikia habari hiyo, walimwendea mdogo wao, wakamwambia kuwa wao ndio watakaomhudumia na kumsaidia wakati wa kujifungua kwake. Malkia, kwa kuwa aliwapenda dada zake na hakuwashuku kwa lolote, alikubali bila shaka yoyote akiwaambia, "Dada zangu wapenzi, hakuna jambo jema kama la nyinyi dada zangu kunishughulikia wakati huo. Lakini sina budi kwanza kumwarifu mume wangu Sultani. Na nyinyi waambieni waume zenu wawaarifu wazee wa majilisi walipendekeze jambo hili kwa Sultani."

Wale waume wawili wafanyao kazi katika jiko la Sultani, waliwaarifu wazee na wazee nao walimshawishi Sultani aliyewaambia kuwa atalifikiria jambo hilo pindi wakati wa kujifungua kwa malkia utakapowadia, kwani Sultani havunji ahadi yake. Na aliporejea kwenye kasri lake, aliongea na malkia akamwambia kuwa anafikiri dada zake ndio watakaofaa kumhudumia pindi atakapokuwa tayari kujifungua. Malkia alimjibu, "Seyyid yangu, mimi niko tayari kwa lolote lile utakalolipendekeza. Kwa kuwa umekuwa karimu ukawataja dada zangu, nakushukuru kwa jambo hilo. Nami naona ni heri nihudumiwe na dada zangu kuliko na wageni."

Basi, Sultani aliwachagua wale dada wawili wawe wakunga wa kumshughulikia mdogo wao. Ikawa mara kwa mara wanakwenda kwenye kasri la mfalme huku wakifurahia ile nafasi waliyoipata ya kujilipizia kisasi.

Wakati wa kujifungua kwa malkia ulipowadia, alijifungua mtoto wa kiume mzuri kupita kiasi. Lakini uzuri huo wa mwana mfalme haukutia huruma nyoyo za wale dada wawili wenye roho mbaya. Mara tu mtoto alipozaliwa, upesi walimfunika shuka, wakamtia ndani ya tenga, wakamtosa kwenye kijito kilichokuwa kikipita chini ya kasri la Sultani karibu na chumba cha malkia, halafu wakatangaza kuwa, ajabu ya maajabu, malkia amejifungua kijibwa kilichokufa ambacho walikionyesha, kwani walijitayarisha kwa jambo hilo.

Ghadhabu alizokuwa nazo Sultani, kama si waziri wake mkuu kuliingilia kati na kusema kuwa malkia hawezi kulaumiwa kwa miujiza ya Mwenyezi Mungu, angetoa amri auawe mara moja!

Huku nyuma lile tenga alimokuwamo yule bin Sultani, lilielea na kuchukuliwa na mkondo wa maji mpaka kwenye bustani ya Sultani iliyokuwa mbali. Kwa bahati nzuri, mtunza ile bustani alikuwa ni mmoja wa wakuu mashuhuri walioheshimiwa katika milki ya Sultani. Wakati huo mlinzi huyo alikuwa karibu na kile kijito, akaona lile tenga likielea, akamwita mfanyakazi mmoja aliyekuwa karibu, akamwambia aingie majini akaangalie kilichomo mle ndani. Yule mfanyakazi, kwa reki aliyokuwa akifanyia kazi, alilivuta lile tenga mpaka kwenye ukingo wa kile kijito, akampelekea yule mtunza bustani.

Dada Wawili Wakimtosa Mtoto Kijitoni

Mtunza bustani za Sultani alistaajabu sana kuona mle ndani mna mtoto ambaye, japokuwa alikuwa mchanga aliyezaliwa muda mfupi uliopita, alionekana ana sura nzuri. Mkuu huyu alioa mara nyingi, lakini hakujaaliwa kupata mtoto – jambo ambalo alilitaka sana. Kwa hiyo, alipoletewa lile tenga na kuona mna mtoto mchanga, alimwambia yule mfanyakazi alibebe, akaongozana naye mpaka kwake. Alipoingia nalo ndani, alimkabidhi mke wake, akamwambia, "Mke wangu, kwa kuwa hatukujaaliwa kupata mtoto, Mwenyezi Mungu leo ametuletea huyu. Mlee kama vile ambavyo ungemlea mtoto uliyemzaa mwenyewe, kwani toka sasa huyu ni mtoto wetu."

Mke wake alimpokea yule mtoto kwa furaha bila yeye au mume wake kutaka kujua alikotoka. Lakini alipomwokota, yule mtunza bustani alijua hakutoka mbali na sehemu ya kasri la Sultani anakokaa malkia; lakini ilikuwa si kazi yake kutafiti zaidi, wala hakutaka kuzusha zogo penye salama na amani. Watu hunena, funuafunua ovyo, utafunua uchawi!

Mwaka uliofuata, malkia alijifungua tena mtoto wa kiume, na wale dada zake malkia walimtia tena ndani ya tenga wakamwacha aelee kijitoni kama alivyoelea kaka yake, safari hii wakitangaza malkia amejifungua kijipaka! Ilitukia kuwa, yule mkuu mtunza bustani za Sultani, safari hii pia, alikuwa karibu na kile kijito, akaona lile tenga, akamwona mtoto mwingine wa kiume akielea, akamchukua akampeleka kwa mke wake akimwambia amlee kama yule wa kwanza.

Safari hii Sultani Khosru Shah alimkasirikia sana malkia kuliko awali. Kama si waziri mkuu kuingilia kati tena, Sultani angemuua malkia.

Mwaka wa tatu malkia alijifungua mtoto wa kike. Na yeye, hali kadhalika, yalimpata yaleyale yaliyowapata kaka zake, ilimradi wale dada wawili waone tu kuwa mdogo wao, malkia ameadhibiwa na Sultani. Yule binti Sultani, kama kaka zake, aliokoka kifo kwa kuokotwa na yule mtunza bustani za Sultani.

Wale dada wawili, baada ya vitendo vyao hivyo viovu, walitangaza kuwa mdogo wao, safari hii, amejifungua kipande cha mti! Sultan Khosru Shah, safari hii, alipopashwa habari ile ya ajabu, alitamka kwa mshangao mkubwa, "Amezaa nini safari hii! Mwanamke huyu aslani hastahili tena kulala kitandani mwangu wala hastahili kuishi! Nikimwacha atajaza balaa katika kasri langu. Huyu si binadamu, ni shetani; ni heri tuepukane naye!" Hapo akamhukumu malkia kifo, akamwambia waziri mkuu ahakikishe hukumu hiyo inatekelezwa mara moja.

Waziri mkuu na wanamajilisi waliokuwako pale, walimwangukia Sultani, wakamsihi aibadili hukumu yake. "Seyyid yangu," alikumbusha waziri mkuu, "natumaini unajua kuwa sheria inamhukumu kifo mtu anayefanya kosa la jinai. Kule kujifungua kwa ajabu kwa malkia – mara tatu – si kosa la jinai. Tujiulize, ni kitu gani kilichosababisha? Malkia na mwanamke mwingine yeyote anayejifungua mtoto asiye wa kawaida kimaumbile, si kosa lake na hastahili kuadhibiwa bali kuonewa huruma. Kwa hiyo, Seyyid yetu, tunakusihi usimhukumu kifo malkia bali mwache aishi. Kufukuzwa kutoka katika kasri lako ni adhabu tosha itakayomwandama katika maisha yake yote."

Sultani, baada ya kufikiri na kuafiki kuwa kweli hilo si kosa la malkia, akasema, "Basi, namwacha aishi, lakini kwa sharti kwamba atengenezewe kasha kubwa maalumu, atiwe humo, awekwe mbele ya lango la msikiti mkuu wa jiji ili, kila mwislamu aendaye au atokaye msikitini, amtemee mate ili ahisi kuwa afadhali angekufa kuliko adhabu hiyo. Yeyote asiyemtemea mate, nitamwadhibu adhabu hiyohiyo. Na kuhakikisha kuwa adhabu hiyo inatekelezwa na waumini waendao msikitini, nakuchagua wewe, waziri, umweke mlinzi wa kulihakikisha jambo hilo linatendeka."

Waziri alitekeleza amri ya Sultani, kitendo kilichowafurahisha wale dada wawili wenye kijicho na kilichowahuzunisha raia wote. Basi, pale mbele ya msikiti palijengwa banda kama sanduku lililozungushiwa nondo, malkia akatiwa humo ambamo hakika hakustahili kutiwa.

Wale mabini Sultani wawili na mdogo wao wa kike, wakati wote huo, walikuwa wakilelewa vizuri na yule mtunza bustani pamoja na mke wake kana kwamba ni watoto wao. Na kadiri walivyokua, ndivyo walivyoonyesha uzuri, heshima na adabu njema kuliko watoto wa kawaida. Yote haya yaliwapendeza walezi wao. Mtoto mkubwa waliomwita Bahman na wa pili walimwita Perviz. Hayo yakiwa ni majina ya watawala wa kale wa Ajemi. Binti Sultani walimwita Perizadeh, nalo likiwa ni moja ya majina ya malkia wa kale wa Ajemi. Walezi wao waliwatafutia walimu maalumu wa kuwasomesha na kuwaelimisha katika fani mbalimbali. Wote wakahitimu vizuri, wakawa wataalamu hodari katika taaluma za nahau, jiografia, ushairi, historia na sayansi mbalimbali mpaka walimu wao wakashangaa. Wakati wa michezo na maburudisho, binti Sultani aliweza kughani na kupiga ala mbalimbali za muziki. Wakati kaka zake wakijifunza kupanda farasi, Perizadeh alishiriki hata akawa hodari kulenga mishale na kutupa mkuki, wakati mwingine hata akawashinda kaka zake!

Yule mtunza bustani za Sultani alifurahi sana kuona jinsi wale vijana aliowalea wanavyoendelea vizuri, mwisho akaona pale wanapoishi ni padogo hapawatoshi, akanunua jumba lililokuwa mbali na pale. Kwa kuwa jumba alilolinunua lilikuwa ni kuukuu, alilibomoa akalijenga upya, vizuri. Aliimiliki ardhi yote iliyokuwa karibu, akaizungusha ukuta, ndani yake akatengeneza bustani nzuri ajabu, akajaza wanyama wa kila namna ili wale vijana, wakipenda, wawinde katika pori hilo kubwa alilowatayarishia.

Alipoimaliza kazi hii, siku moja yule mtunza bustani alimwendea Sultani, akamwangukia, akamweleza jinsi alivyofanya kazi kwake na kwa marehemu baba yake kwa uaminifu na kwa muda mrefu, na kwamba sasa kwa sababu ya uzee, angependa astaafu, akapumzike kule shamba alikojenga. Sultani, bila pingamizi, alilikubali ombi lake, akamwambia kama ana jambo jingine lolote ambalo angependa atekelezewe aseme.

"Seyyid yangu," alijibu yule mzee, "kwa muda mrefu nilimhudumia vizuri baba yako na natumaini nilikuhudumia na wewe vyema. Ninaloomba sasa ni kupewa tu ruhusa nipumzike na kupewa heshima nistahiliyo kwa kazi hiyo niliyowafanyia muda mrefu huo."

Baada ya kulipwa haki aliyostahili na kutunukiwa zawadi nyingi kwa kazi yake nzuri ya uaminifu, yule bwana na wale vijana aliowalea walihamia kule shamba. Wakati huo mke wake alikuwa ameshafariki dunia miaka michache iliyopita. Yeye mwenyewe, baada ya miezi sita toka kustaafu kwake, alifariki ghafla bila wale vijana kujua walikozaliwa wala wazazi wao ni nani.

Mabini Sultani Bahman na Perviz, na mdogo wao wa kike Perizadeh, ambao hawakujua wazazi wengine wowote isipokuwa wale walezi wao, walisikitishwa sana na vifo vya wale walezi wao. Waliwazika kwa heshima waliyostahili, wakaishi vizuri kwa utajiri waliourithi kutoka kwao bila kuwania cheo chochote, popote au kwa yeyote.

Siku moja wakati wale mabini Sultani walipokwenda kuwinda na kumwacha dada yao nyumbani, Perizadeh alijiwa na ajuza mmoja mcha Mungu, aliyebisha mlango na kuomba aruhusiwe aende msalani akatawadhe aswali swala ya adhuhuri iliyowadia. Watumishi walimwendea Perizadeh wakamwombea ruhusa. Kwa kuwa jumba lao lilikuwa na sehemu iliyojengwa kama msikiti kwa ajili ya kuswalia, aliwaambia wale watumishi wamwonyeshe hapo mahali pa kuswalia.

"Atakapomaliza kuswali," alisema Perizadeh, "mtembezeni jumbani na bustanini, halafu mleteni hapa kwangu."

Yule ajuza alipomaliza kuswali na kutembezwa kote, na kuona kila kitu kilichopambwa jumbani na jinsi bustani ilivyo nzuri, alifikishwa kwa Perizadeh aliyekuwa akimsubiri.

Mara Perizadeh alipomwona yule mcha Mungu, alisimama, akamwambia, "Bibi mwema, karibu ukae nami. Ni furaha na heshima kubwa kwangu kukutana nawe. Bila shaka nitafaidika na mazungumzo ya ujasiri wa mcha Mungu kama wewe."

Yule ajuza, badala ya kukaa kwenye kochi, alikaa kwenye ukingo wa kochi jingine. Binti Sultani alinyanyuka, akamshika mkono, akamkaribisha akae karibu yake. Kwa heshima ya Perizadeh, yule bibi aliketi akasema, "Binti yangu, sistahili heshima na yote unayonifanyia. Lakini kwa kuwa ndivyo unavyotaka, na wewe ndiye mwenye jumba hili zuri, nitatii amri yako."

Alipoketi, na kabla hawajaanza mazungumzo, mmoja wa wajakazi wa mle jumbani aliwaletea sahani iliyojaa vitamutamu, na nyingine iliyojaa matunda mbalimbali ya msimu. Binti Sultani alichukua moja ya vile vitamutamu, akamkabidhi yule bibi mtawa akamwambia, "Kula, mama mwema na chagua chochote ukitakacho hapo mezani. Bila shaka unahitaji kula baada ya safari ndefu ya huko ulikotoka."

"Binti yangu," alijibu yule mtawa mwema, "sikuzoea kula vitamutamu kama hivi. Lakini sitakataa nilicholetewa na Mwenyezi Mungu kupitia mkono mwema kama wako."

Wakati yule bibi mtawa akila, binti Sultani naye akawa anakula kidogo ili kumshiriki yule bibi huku akimuuliza maswali chungu nzima kuhusu ayafanyayo, aishiko na aishivyo. Yule bibi aliyajibu yote kwa maridhawa ya Perizadeh. Baada ya kuongea mambo mengi, binti Sultani alimuuliza yule ajuza jinsi anavyoliona jumba lao na bustani yao na jinsi alivyoipenda.

"Binti yangu," alijibu yule ajuza, "aslani siwezi kusema lolote baya juu ya uzuri, mapambo na nidhamu niliyoiona hapa kwako. Hakuna bustani yoyote inayoweza kulinganishwa na bustani yako. Walakini, ukiniruhusu na kunisamehe kwa hilo nitakalokuambia, jumba hili litakamilika kama litakuwa na vitu vitatu vingine."

"Bibi yangu mwema," aliuliza binti Sultani Perizadeh, "hivyo ni vitu gani? Nakusihi, kwa jina la Mwenyezi Mungu, niambie. Nitafanya juu chini kuvipata – kama kuna uwezekano wa kuvipata."

"Binti yangu," alijibu yule ajuza, "kitu cha kwanza kati ya vitu hivyo vitatu ni ndege asemaye awavutiaye ndege wote waimbao kuja kushirikiana naye kuimba; kitu cha pili ni mti ambao majani yake huimba bila kikomo na kitu cha tatu ni maji ya rangi ya dhahabu ambayo tone lake moja likitiwa ndani ya chombo, huongezeka na kujaza mahali hapo na kunyanyuka juu bila kufurika."

"Ah! bibi mwema," alisema binti Sultani, "nikulipe nini kwa ujuzi na taaluma yako ya kujua vitu hivi vya ajabu! Hakika ni vitu visivyo vya kawaida ambavyo bado sijavisikia katika maisha yangu. Kwa kuwa nina matumaini kuwa unajua vinakopatikana, naomba uniambie ni wapi viliko."

"Binti yangu," alisema yule ajuza mtawa, "nitakuwa mtu asiye na shukrani kwa wema na ukarimu ulionifanyia kama sikuyaridhisha matakwa yako. Kwa hiyo, nina heshima ya kukuarifu kuwa vitu hivi vyote vinapatikana mahali pamoja kuelekea Bara Hindi. Njia ielekeayo huko si nyingine isipokuwa ni hii iliyoko mbele ya jumba lako. Yeyote umtumaye, inambidi kuifuata kwa muda wa siku ishirini. Siku ya ishirini na moja, yeyote atakayekutana naye amuulize kunakopatikana ndege asemaye, mti uimbao na maji ya dhahabu. Yeye atamwelekeza."

Baada ya kutamka maneno hayo, yule ajuza alinyanyuka pale alipokaa, akaaga, akaenda zake.

Kichwa cha Perizadeh kilijaa fikira na mawazo ya yule ndege asemaye, mti uimbao, na yale maji ya dhahabu hata hakujua kuwa yule ajuza amesha ondoka mpaka alipotaka kumuuliza maswali na habari zaidi juu ya vitu hivyo. Hakutaka kumfuata wala kumtafuta yule ajuza bali alijaribu kuyakumbuka yote yale aliyoambiwa. Alipoyakumbuka na kuyakariri, akaanza kufikiri jinsi atakavyofurahi kama atavimiliki vitu hivyo! Hata hivyo fikra ya kutofuzu kuvipata ilimtia wasiwasi.

Alikuwa katika mawazo haya wakati kaka zake waliporejea kutoka mawindoni. Badala ya kuwa na furaha ya kuwaona kaka zake wamerudi salama salimini kama ilivyokuwa kawaida yake, walimwona Perizadeh hana furaha na ni mwenye mawazo mazito kana kwamba kuna jambo linalomkera.

"Mdogo wetu," aliuliza Bahman, "una nini? Mbona unaonekana huna furaha leo? Je, unaumwa? Au kuna jambo linalokukera? Je, kuna yeyote aliyekufanya uwe katika hali hii ya huzuni? Tuambie tujue la kufanya ili tukuondolee yanayokukera.”

Binti Sultani alibaki katika hali ile kwa muda bila kujibu lolote. Mwisho, alinyanyua macho, akawatazama kaka zake, akainama tena chini, akiwaambia kuwa hakuna lolote linalomkera.

“Dada,” alitamka tena Bahman, “una jambo unalotuficha. Bila shaka kuna linalokukera. Haiwezekani uwe katika hali uliyo nayo kama huna jambo moyoni mwako lililokubadili hivi. Haturidhiki na hayo unayotuambia. Kwa hiyo, usitufiche chochote, tuambie ukweli kama hutaki kuuharibu uhusiano wetu wa kuambiana ukweli tuliokuwa nao toka udogoni.”

Binti Sultani, ambaye hakuwa na sababu yoyote ya kuwaudhi kaka zake, alisema, “Nilipowaambia hakuna kinachonikera, nilimaanisha si jambo muhimu kwenu, lakini kwangu ni muhimu. Na kwa kuwa mnasisitiza niwaambie kwa ajili ya wema na uhusiano tulio nao, nitawaambia. Mnafikiri na mimi siku zote niliamini, kuwa jumba letu limekamilika na hakuna kitu chochote kilichopungua. Lakini leo nimejua kuwa kuna vitu vitatu vinakosekana kukamilisha uzuri wake. Vitu hivyo ni: ndege asemaye, mti uimbao na maji ya dhahabu yafurikayo. Aliyeniambia hayo na vinakopatikana ni bibi mmoja mtawa na mcha Mungu. Labda mtafikiri vitu hivi si muhimu, lakini kwa maoni yangu, jumba letu halitakamilika mpaka vitu hivyo vipatikane na aslani sitakuwa na furaha mpaka nivipate. Kwa hiyo, mvithamini msivithamini, natafuta wa kwenda kuvitafuta.”

“Dada,” alijibu Bahman, “lolote likuhusulo kwa furaha au kwa huzuni, linatuhusu na sisi kaka zako. Nina hakika Perviz naye ana mawazo kama hayo yangu. Kwa hiyo, tunawajibika sisi wenyewe kwenda kuvitafuta badala ya wewe kumtafuta wa kwenda kuvitafuta. Mimi mwenyewe nitakwenda huko vinakopatikana. Niambie ni wapi nami kesho Insha-Allah, nitaelekea huko.”

“Kaka,” alisema Perviz, “si vizuri wewe uliye kiongozi na mkubwa wetu kwenda. Niache mimi mdogo wako niende. Nitajitahidi kadiri ya uwezo wangu kuvitafuta vitu hivyo na kumletea dada yetu.”

“Shukrani kwa mawazo yako,” alijibu Bahman. “Lakini mimi, mkubwa wako, nimeshakata shauri kwenda kuvitafuta. Wewe baki nyumbani na dada yetu.”

Basi, siku nzima ile Bahman alijitayarisha kwa safari yake ndefu huku akimuuliza dada yake yale aliyoambiwa na yule ajuza na njia inayoelekea huko.

Asubuhi ya pili, kabla hajampanda farasi wake, Perviz na dada yao walimkumbatia kaka yao, wakamuaga wakimtakia kila la heri na safari njema ya kwenda na kurudi salama salimini. Walakini, kabla hajaondoka, binti Sultani alikumbuka jambo ambalo hakulifikiria awali. Alimwambia Bahman, "Kaka, nimesahau ajali ziwakabilizo wasafiri. Je, ni nani ajuaye kama nitakuona tena? Kwa hiyo, nakusihi achana na hii safari isahau kabisa. Ni heri kutokuwa na huyo ndege asemaye, mti uimbao na hayo maji ya dhahabu kuliko kutokuona wewe."

"Dada," alijibu Bahman huku akitabasamu kwa woga wa ghafla uliomwingia dada yake, "mimi nimesha kata shauri kwenda. Kwa hiyo, huna budi kuliafiki jambo hili. Hiyo ajali unayoisema, huwapata wale wasiokuwa na bahati ambao ni wachache kuliko wale wafanikiwao. Walakini, kwa kuwa ajali haina kinga na huenda nisifanikiwe katika jambo hili, ninaloweza kufanya ni kukuachia kisu changu hiki."

Bahman alikitoa kisu chake mkandani mwake, akamkabidhi dada yake kikiwa ndani ya ala yake, akamwambia, "Kichukue kisu hiki na mara kwa mara kivute kutoka katika ala yake. Ukiona ni safi kama kilivyo sasa, itakuwa ni dalili kuwa niko hai. Lakini ukiona kina madoadoa ya damu na kimeingia kutu, basi ujue kuwa nimekufa. Nyie mniombee Mungu."

Bahman alimkabidhi dada yake kile kisu, akamuaga yeye na Perviz, akaondoka, akaifuata ile njia aliyoelekezwa na dada yake bila kugeuka kushoto wala kulia wala nyuma, bali aliifuata akielekea Bara Hindi. Siku ya ishirini, alimwona mzee mmoja aliyekaa chini ya mti, mbali kidogo na kibanda kilichokuwa karibu. Nyusi za mzee huyo zilikuwa nyeupe mithili ya theluji kama nywele zake kichwani zilivyokuwa. Masharubu yake yalimziba kinywa, na ndevu zake ndefu zilifika chini. Kucha zake za vidoleni na miguuni ziliota zikawa ndefu sana. Alivaa nguo kuukuu na kichwani alivaa kofia iliyofanana na mwavuli. Mzee huyu alikuwa walii aliyejitenga na mambo ya ulimwengu huu kwa kumcha Mwenyezi Mungu pale alipokuwa mpaka akawa katika ile hali aliyokuwa nayo.

Bin Sultani Bahman aliyekuwa akiangalia kwa tahadhari kubwa kama atakutana na mtu yeyote kama vile alivyoambiwa na dada yake ili amwarifu kunakopatikana vile vitu alivyovifuata, alisimama karibu na yule walii, akamshuka farasi wake, akaelekea kule alikokuwa yule mzee, akamsalimu akisema, "Mwenyezi Mungu akupe umri mrefu, baba yangu na akutimizie uyatakayo."

Yule walii alimjibu kwa sauti dhaifu isiyosikika iliyomfanya Bahman afikiri kuwa labda ni kwa sababu ya yale masharubu yake yaliyomziba mdomo. Hakuweza kuendelea na safari yake bila kupata maelezo kamili ya kule anakokusudia kwenda. Hapo akatoa mkasi aliokuwa nao na baada ya kumfunga farasi wake kwenye tawi la mti uliokuwa karibu, alimwambia yule mzee, "Walii mwema, nataka kuongea nawe, lakini masharubu yako yaliyokuziba mdomo yananifanya nisielewe unayoyasema. Je, ruksa niyakate sehemu na kukupunguza nyusi zako ndefu zilizokubadili sura? Kwani sasa unaonekana dubu kuliko mwanadamu!"

Yule walii alikubali na baada ya Bahman kumpunguza masharubu kadiri alivyokusudia, akaona sasa yule walii anaonekana vizuri zaidi kuliko awali na kwamba hakuwa mzee vile alivyoonekana, akamwambia, "Walii mwema, kama ningekuwa na kioo ningekuonyesha jinsi ulivyobadilika na sasa unavyoonekana kijana! Hapo kwanza mtu asingejua kama wewe ni mwanadamu au ni kiumbe kingine!"

Bahman Akimpunguza Walii Ndevu na Masharubu

Ile heshima na tabia nzuri ya Bahman ilimfanya yule walii atabasamu, akamwambia, "Seyyid yangu, yeyote uliye nakushukuru kwa wema wako ulionifanyia. Nami niko tayari kukusaidia kwa kadiri ya uwezo wangu. Bila shaka umefika hapa kwa madhumuni fulani. Niambie ni kitu gani kilichokuleta nami nitajaribu kukusaidia."

"Walii mwema," alijibu Bahman, "namtafuta ndege asemaye, mti uimbao na maji ya dhahabu. Najua vitu adimu hivi haviko mbali na hapa, lakini sijui hasa viliko. Kama unajua, nakusihi nionyeshe njia nisije nikapoteza wakati baada ya safari yangu ndefu."

Wakati Bahman alipokuwa akiongea, aliona sura ya yule walii ikibadilika, akiinamisha kichwa chini, akawa anawaza. Na badala ya kujibu, alikaa kimya kitendo kilichomfanya Bahman aseme tena, "Baba mwema, bila shaka umenisikia. Tafadhali niambie kama unaweza kunijibu lile nililokuuliza ili nisipoteze wakati."

Mwisho yule walii alisema, "Seyyid yangu, njia unayoitafuta naijua. Lililonifanya nisikujibu baada ya kukuona kwa mara ya kwanza na kwa wema ulionifanyia, hayo yamenifanya nikae kimya na kufikiri kama ni vizuri au si vizuri kukupa jawabu kamili."

"Sababu ni nini?" aliuliza Bahman. "Ni tatizo gani linalokufanya usinijibu?"

"Nitakwambia," alijibu yule walii, "Hatari utakayoikabili ni kubwa kuliko unavyokisia. Idadi kubwa ya vijana mashujaa kama wewe walipita hapa, wakaniuliza swali hilohilo uliloniuliza. Baada ya kutumia jitihada zangu zote za kuwashawishi wasiende huko ziliposhindikana, niliwaambia na kuwaonyesha njia. Na nakuhakikishia kuwa wote hao wameangamia, kwani hakuna hata mmoja wao aliyerejea. Kwa hiyo, kama unayathamini maisha yako, fuata ushauri wangu, rejea ulikotoka."

Bin Sultani Bahman, alisema, "Najua kuwa ushauri wako ni mwema. Lakini, baada ya safari ndefu, nimekata shauri kutimiza lile lililonileta. Hakuna jambo lolote litakalonibadili nia. Kwa hiyo, kwa wema wako, nakusihi nionyeshe njia. Kama kuna hatari yoyote, kwa kuwa nina silaha na ni shujaa wa kutosha, nitapambana nayo."

"Lakini," alisema yule walii, "wale watakaokushambulia hawaonekani kwa macho. Utawezaje kujihami dhidi yao?"

"Sijali," alijibu Bahman. "Yote unayoyasema hayawezi kunibadili nia. Kwa kuwa unaijua njia, nakusihili tena nielekeze."

Yule walii alipoona hawezi kumshawishi yule kijana kubadili nia yake, na ameng'ang'ania tu atakwenda huko alikodhamiria kwenda, alitia mkono katika mfuko uliokuwa karibu yake, akatoa *tufe,* akamkabidhi yule kijana akimwambia, "Kwa kuwa umekataa kufuata ushauri wangu, chukua tufe hili. Utakapopanda farasi wako, litupe mbele yako nalo litabingirika. Lifuate mpaka litakaposimama chini ya mlima. Hapo ushuke farasi wako, umwache hapo ambapo atabaki mpaka kurudi kwako. Utakapoupanda huo mlima, kushoto na kulia utaona mawe mengi meusi makubwa na kote utasikia ghasia na kelele zitakazokutukana na kukutisha usiupande huo mlima. Usiogope. Mwiko ni kwamba usigeuke kuangalia nyuma yako. Ukifanya hivyo, mara hiyohiyo utageuka kuwa jiwe jeusi. Kwani mawe meusi utakayoyaona ni vijana kama wewe ambao hawakufuata mwiko huo, wakageuka nyuma. Ukifaulu kufanya hivyo ninavyokwambia, ukafika juu ya mlima, kileleni utaona tundu ambamo yumo huyo ndege asemaye unayemtafuta. Muulize huyo ndege uko wapi mti uimbao na yako wapi maji ya dhahabu. Ndege atakwambia. Sina zaidi ya kukwambia isipokuwa hayo tu ambayo unatakiwa kuyafuata ili uepukane na hiyo hatari. Lakini kama una akili timamu, utafuata ushauri wangu na utarejea unakotoka. Lifikirie jambo hilo kwa makini, kwani wakati ulio nao ni huu tu."

"Nakushukuru sana kwa ushauri wako huo," alijibu Bahman baada ya kupokea lile tufe. "Lakini nasikitika kusema kuwa sitaufuata. Walakini, nitafuata ushauri wako wa kutoangalia nyuma nitakapokuwa nikiupanda mlima. Natumaini kukuona tena hivi karibuni ili nikushukuru zaidi nitakapofanikiwa kuvipata vinavyonipeleka huko."

Baada ya kutamka maneno haya ambayo yule walii hakuyajibu isipokuwa kumwambia kuwa akifanikiwa, atafurahi kukutana naye tena, yule bin Sultani alimpanda farasi wake, akaelekea kule alikoelekezwa na yule walii, akalitupa lile tufe mbele yake, akalifuata.

Lile tufe lilibingirika kwa haraka bila kusimama huku likiandamwa kasi na farasi aliyepandwa na Bahman mpaka lilipofika chini ya mlima, likasimama. Bahman alimshuka yule farasi wake, akamwekea hatamu shingoni, akaukagua ule mlima, akaona yale mawe meusi yaliyotapakaa kote. Akaanza kuupanda taratibu ule mlima. Kabla hajafika mbali, ghafla alisikia zile sauti alizoambiwa na yule walii zikisema, "Anakwenda wapi huyu lusu? Anataka nini? Msimwache apite!" Nyingine zilipiga kelele, "Msimamisheni! Mkamateni! Muueni!" Nyingine kama radi zilimpigia kelele, "Mwizi! Muuaji katili!" Wakati nyingine zikimkejeli, "La la la msimdhuru! Mwacheni kijana mzuri huyu apite, kwani tundu alimowekwa yule ndege linamngojea!"

Bila kujali sauti zile za vitisho, kwa muda mwana Sultan Bahman aliendelea kuupanda kishujaa ule mlima. Lakini zile sauti ziliongezeka nyuma na mbele yake kwa vishindo na vitisho. Bahman aliingia woga, miguu ikaanza kumtetemeka, akajikokota mbele kwa shida. Mwisho, alishindwa nguvu, akasahau ule wosia wa yule walii, akageuka nyuma ili arudi akimbie. Mara ileile alibadilika akawa jiwe jeusi kama walivyogeuka wenzake wengi waliomtangulia waliojaribu kuupanda ule mlima. Hata farasi wake naye aligeuka kuwa jiwe jeusi!

Toka kuondoka kwa Bahman, binti Sultan Perizadeh, kila siku – mara nyingi! – alikitazama kile kisu alichopewa na kaka yake ambacho alikibeba kujua kama kaka yake yu hai au la. Na kila siku alifarijika kujua kuwa kaka yake yuko hai na yumo katika hali njema ya afya. Kila mara akawa anaongea na Perviz juu ya kaka yao huyo.

Jioni ya ile siku ya bahati mbaya wakati Bahman alipogeuka jiwe jeusi, Perviz alikuwa na Perizadeh akamwambia akitoe kile kisu alani wajue jinsi kaka yao alivyo. Perizadeh alifanya kama alivyoambiwa na kaka yake. Mara ileile aliona damu ikitiririka kwenye ncha ya kile kisu, akashtuka, akakitupa chini huku akilia, "Ah! mpenzi kaka yangu! Mimi niliyesababisha kifo chako sitakuona tena milele! Kwa nini nilikwambia juu ya ndege asemaye, mti uimbao na maji ya dhahabu? Vitu hivyo vina umuhimu gani? Au ilikuwa na umuhimu gani kwangu kujua kutoka kwa yule ajuza kuwa jumba letu hili zuri litakamilika kama litakuwa na vitu hivyo? Najuta kukutana na yule bi kizee! Kwa nini aliniambia habari za yule ndege, ule mti na yale maji? Kifo cha kaka yangu kisingetokea kama si yule ajuza kuja kwangu na kunieleza yote hayo."

Kifo cha kaka yake kilimhuzunisha sana bin Sultani Perviz kama kilivyomhuzunisha Perizadeh. Lakini kwa kuwa alijua kuwa yule ndege, mti, na maji ya dhahabu yalimkaa sana rohoni dada yake, Perviz alimkatiza kilio kwa kumwambia, "Dada, kilio chetu na masikitiko yetu hayatamrudisha kaka yetu. Hivyo ndivyo alivyoandika Mandani, hilo tulikubali. Kwa nini usiamini kauli ya yule bibi mtawa? Unafikiri alikwambia vitu hivyo kwa kukudanganya tu? Inawezekana kuwa kifo cha kaka yetu kimetokana na kosa fulani alilolifanya au kimesababishwa na ajali, kwani ajali haina kinga. Nani ajuaye litakalotokea? Kwa hiyo, kifo chake kisituzuie kutekeleza lengo letu. Awali, nilijitolea mimi kwenda na sasa ndiyo hasa nimeingiwa na mori zaidi wa kwenda kuvitafuta vitu hivyo! Kesho Mungu akipenda nitaanza safari."

Binti sultani alifanya juu chini kumshawishi kaka yake asiende akimwambia kuwa asimtie katika msiba mkubwa zaidi wa kuwapoteza kaka zake wawili. Lakini Perviz alishikilia atakwenda. Walakini, kabla hajaondoka, na yeye alimwachia dada yake mkufu wa shanga mia za lulu akimwambia, kama zikikwama wakati akizihesabu kama tasbihi, hiyo itakuwa ishara ya kuonyesha kuwa amepatikana na maafa kama kaka yao. Lakini alimtia nguvu kwa kusema kuwa, Insha-Allah, hilo halitatokea na kwamba wataonana hivi karibuni.

Basi, bin Sultani Perviz alisafiri kama vile alivyosafiri kaka yake. Siku ya ishirini, baada ya kuondoka kwake, alimkuta walii yuleyule aliyekutana na kaka yake amekaa mahali palepale. Alimwendea, akamsabahi, akamuuliza, kama anaweza kumwambia kunakopatikana ndege asemaye, mti uimbao na maji ya dhahabu. Yule walii alimwonya Perviz kama alivyomwonya kaka yake akimwambia kuwa, kijana mmoja aliyefanana naye sana, alikuwa naye siku chache zilizopita, akamwonya asiende huko kwa sababu ya hatari zitakazomkabili na kumwambia la kufanya ili kuepukana na hatari hiyo. Lakini toka siku hiyo hakumwona tena akiamini amepatikana na maafa kama yalivyowapata wengi waliomtangulia walioelekea huko.

"Walii mwema," alijibu Perviz, "huyo unayemsema alikuwa ni kaka yangu na nimeona dalili ya kifo chake lakini sijui amekufaje."

"Nitakuambia," alisema yule walii. "Amebadilika kuwa jiwe jeusi kama walivyobadilika wengi waliomtangulia. Na wewe, kama utasisitiza kwenda huko kumtafuta huyo ndege asemaye, mti uimbao na hayo maji ya dhahabu, kama hukujihadhari na kufuata ushauri niliowapa waliokutangulia, utageuka jiwe jeusi pia."

"Walii mwema," alisema Perviz, "nakushukuru sana kwa ushauri wako wa kuyaogopea maisha yangu mimi niliye mgeni kwako nisiyestahili wema wako. Walakini, jambo hili nililifikiria sana awali kabla sijachukua hatua ya kuja huku. Kwa hiyo, baada ya kuwasili hapa, siwezi kurejea nyuma. Nakusihi unifanyie hisani kama ulivyomfanyia kaka yangu na wengine wengi waliotangulia. Naamini mimi nitakuwa na bahati nzuri zaidi ya kufuata ushauri wako."

"Kwa kuwa siwezi kukubadili mawazo uachane na lengo lako," alitamka yule walii, "na kama si uzee unaonifanya nishindwe kunyanyuka, ningekupatia tufe nililo nalo mfukoni mwangu mle."

Kabla yule mzee hajaendelea, bin Sultani alishuka farasini, akamwendea yule walii akamkabidhi mfuko wake uliokuwa mbali naye. Yule walii alitoa tufe mle mfukoni mlimokuwa na matufe mengine mengi, akamkabidhi Perviz. Na baada ya kumwonya asisikilize sauti atakazozisikia kutoka kwa viumbe visivyoonekana, hata kama zitamtisha vipi, aendelee tu na safari yake mpaka atakapofika kileleni atakakomwona huyo ndege asemaye na atakayemwambia kupatikanako mti uimbao na maji ya dhahabu.

Perviz alimshukuru yule walii. Alipompanda tena farasi wake na kuondoka pale, alilitupa lile tufe mbele ya farasi wake, likabingirika kasi, naye akalifuata. Lilipofika chini ya mlima, lilisimama na Perviz alishuka, akasimama kwa muda akiufikiria ule wosia wa yule walii. Baada ya muda alipiga moyo konde, akaanza kuupanda ule mlima kwa madhumuni ya kufika kileleni. Lakini kabla hajamaliza hatua sita, alisikia sauti ya kiume iliyokuwa karibu na sikio lake ikimtukana ikisema, "Kelbu we, simama nikuadhibu kwa kuja kwako hapa!"

Ghafla, mwana mfalme Perviz, alisahau wosia na onyo la yule walii, alishtuka, akaushika upanga wake, akauvuta alani, akageuka kupambana na yule mwenye ile sauti. Subhana! mara ileile, yeye na farasi wake waligeuka kuwa mawe meusi!

Wakati wote huo Perizadeh, toka Perviz alipoondoka, alihesabu zile shanga za lulu za ile tasbihi. Alifanya hivyo hata usiku wa manane! Na alipolala, aliivaa shingoni na alipoamka, alizihesabu kuangalia kama zimekwama au la. Ile siku Perviz alipogeuka kuwa jiwe jeusi, alikuwa akizihesabu kama ilivyokuwa kawaida yake. Zilipokwama, mara ileile alijua kuwa kaka yake wa pili naye amekufa. Kwa kuwa alikwisha jitayarisha kwa safari kama jambo kama hilo litatokea, Perizadeh hakupoteza wakati kwa kulia na kuomboleza, bali alijigeuza kwa kuvaa mavazi ya kiume, akachukua silaha, akampanda farasi wake asubuhi, akawaaga wafanyakazi wake kuwa atarejea baada ya siku chache, akafuata njia ileile iliyofuatwa na kaka zake.

Binti Sultani aliyezoea kupanda farasi, alistahamili safari ndefu juu ya mgongo wa yule farasi kuliko vile wangestahamili wanawake wengine. Siku ya ishirini, alifika pale alipokuwa yule walii. Alipomkaribia, alishuka farasi wake, akamshika hatamu, akaenda naye mpaka pale alipokaa yule walii. Baada ya kumwamkia, akamwambia, "Walii mwema, niruhusu kwanza nipumzike karibu yako, halafu uniambie kama unajua aliko ndege asemaye, mti uimbao na maji ya dhahabu."

"Binti Sultani," alijibu yule walii, "wacha nikuite hivyo kwani, kwa ajili ya sauti yako, najua kuwa u msichana uliyevaa nguo za kiume. Asante kwa salamu zako na karibu. Najua mahali vitu hivyo vinakopatikana, lakini ni kitu gani kinachokufanya uniulize swali hilo?"

"Walii mwema," alijibu binti Sultani, "nina hamu kubwa sana ya kuvimiliki vitu hivyo na kuwa navyo."

"Seyyidatina," alijibu yule walii, "umesema kweli. Lakini je hukuarifiwa hatari inayokabiliwa kabla ya kuvipata vitu hivyo? Ungeambiwa, usingechukua hatua ya hatari ya kuvitafuta. Fuata ushauri wangu, usiendelee mbele, bali rejea ulikotoka. Usinilazimishe nishiriki katika kifo chako."

"Babu mwema," alisema Perizadeh, "nimetoka mbali kuvifuata vitu hivyo. Nitasikitika kurudi bila kuwa navyo. Unaeleza matatizo na hatari, lakini mbona huniambii matatizo yenyewe na hiyo hatari? Tafadhali niambie ili nikate shauri kama naweza kuikabili au la."

Yule walii alimweleza yale aliyowaeleza Bahman na Perviz na wengine wengi waliotangulia, akiongeza ugumu wa kuupanda huo mlima mpaka kufikia kilele aliko ndege asemaye na atakayemwambia kunakopatikana mti uimbao na maji ya dhahabu. Aliongeza chumvi alipomweleza vitisho vya zile sauti zitokazo kila upande bila kuona wazitoazo na ile idadi kubwa ya mawe meusi ambayo, peke yake yanatisha. Akamwomba ayafikirie yote hayo, kwani hayo mawe meusi ni vijana shujaa walioshindwa kufuata ushauri wake wakageuka mawe meusi. Akamwambia kuwa mwiko ni kugeuka nyuma kabla ya kulipata lile tundu alimo huyo ndege.

Yule walii alipomaliza kueleza, binti Sultani alimjibu, "Ninalolielewa kutoka kwako ni kwamba, tatizo la kutofuzu kuvipata vitu hivyo, kabla mtu hajafika kileleni, kwanza ni sauti za vitisho nitakazosikia na pili ni kutogeuka nyuma. Hili la pili, natumaini nitalimudu. Kuhusu tatizo la kwanza, nategemea kulishinda kwa kutumia njia moja."

"Njia gani hiyo?" aliuliza yule walii.

"Nitayaziba masikio yangu kwa pamba," alijibu binti Sultani. "Hata zikiwa za kutisha namna gani, sitazisikia."

"Binti Sultani," alisema yule walii, "kati ya watu wote waliopita hapa waliotaka kujua njia na jinsi ya kuvifikia vitu hivyo vitatu, hakuna hata mmoja wao aliyekuwa na pendekezo kama hilo lako. Nijuavyo ni kwamba, wote waliangamia. Walakini, kama wewe unasisitiza kwenda huko, fanya hivyo ulivyosema. Utakuwa na bahati kama utafanikiwa. Hata hivyo, nakushauri uachane na hiyo nia, urudi utokako."

"Babu mwema," alijibu Perizadeh, "hakuna lolote litakalonizuia nisitekeleze kusudio langu. Nina hakika kwa kujihadhari kwangu nitafanikiwa. Hakuna lililobaki isipokuwa tu kujua njia ya kwenda huko. Kwa hiyo, nakusihi nielekeze."

Jitihada yake ya mwisho ya kumshawishi asiende huko iliposhindikana, yule walii alitoa tufe moja kutoka katika ule mfuko wake, akamkabidhi binti Sultani, akamwambia, "Chukua tufe hili, umpande farasi wako tena, ulitupe mbele yako, ulifuate mpaka litakapofika chini ya mlima. Hapo ushuke farasi wako, uupande huo mlima. Yaliyobaki unayajua."

Baada ya kumshukuru yule walii, binti Sultani alimpanda farasi wake, akalitupa chini lile tufe kama alivyoambiwa, akalifuata mpaka lilipofika chini ya mlima, akashuka farasi. Baada ya kuikagua vizuri ile njia iliyoelekea kileleni, alitoa pamba mfukoni akayaziba masikio yake yote mawili, akaanza kuupanda ule mlima. Alisikia kwa mbali zile sauti za vitisho, lakini hakuzijali. Kadiri alivyoupanda juu ule mlima, ndivyo sauti nazo zilivyozidi, lakini hazikumshtua hata kidogo. "Sitazijali!" alijiambia. Aliendelea kuupanda ule mlima mpaka kwa mbali, aliliona lile tundu la ndege na akamsikia yule ndege akimpigia kelele, "Simama na rudi huko ulikotoka! Usinikaribie hata kidogo!"

Kelele hizo za ndege zilimfanya Perizadeh achapue hatua zaidi mpaka akafika kileleni ambako aliona ardhi ni kama kiwanja kipana, kikubwa na tambarare. Alilikimbilia lile tundu na alipolifikia, alilivamia na kulikumbatia, akilia, "Ndege, nimekupata na aslani hutaokoka mikononi mwangu!"

Wakati Perizadeh akitoa zile pamba masikioni mwake, yule ndege alimwambia, "Bibi shujaa, usinikasirikie kwa kushiriki zile sauti na kelele za wale waliokuwa wakinilinda. Japokuwa nimo ndani ya tundu, naridhika. Na kwa kuwa nimejaaliwa kuwa mfungwa, kwa ushujaa wako, ni heri niwe mfungwa na mtumwa wako wewe kuliko kuwa wa mtu mwingine yeyote. Toka sasa, nakuapia kwa jina la

Mwenyezi Mungu na kwa kadiri ya uwezo wangu, nitakutekelezea lolote lile ulitakalo na niliwezalo. Wewe hujijui, lakini mimi nakujua wewe ni nani. Insha-Allah, kuna siku nitakufanyia hisani unayostahili. Kwa hivi sasa, niambie unataka nini ili nikutekelezee."

Perizadeh Akipanda Mlima Uliojaa Mawe Meusi

Furaha aliyokuwa nayo binti Sultani haiwezi kukisika, kwani kumpata yule ndege kulimgharimu kaka zake wawili na kumtia yeye katika hatari kubwa kuliko vile alivyoelezwa na yule walii.

"Ndege wangu," alisema Perizadeh, "ilikuwa ni dhamira yangu kukwambia kuwa nina mengi muhimu niyatakayo. Nimefurahi kujua kuwa uko tayari kunisaidia. Nimeambiwa kuwa, si mbali na hapa, kuna maji ya dhahabu ambayo ni ya ajabu sana. Kabla ya yote, kwanza nakuomba uniambie yaliko."

Yule ndege alimwonyesha hapo mahali ambako hapakuwa mbali. Binti Sultani alikwenda akayajaza yale maji katika kichupa cha fedha alichokuja nacho. Halafu akarudi kwa yule ndege, akamwambia, "Ndege, nataka pia mti uimbao tafadhali niambie uliko."

"Geuka," alisema yule ndege, "na nyuma yako utaona kichaka ambako utauona mti huo."

Binti Sultani alielekea kule kichakani alikosikia sauti nzuri ikitoka kwenye mti mkubwa mrefu. Alimrudia yule ndege, akamwambia, "Ndege wangu, nimeuona mti uimbao, lakini kwa ajili ya ukubwa, siwezi kuung´oa wala kuubeba." Yule ndege akamjibu, "Huna haja ya kuung´oa wala kuubeba. Itatosha kama ukikata kijitawi, ukichukue, ukakipande kwenye bustani yako. Mara utakapokipanda kitaota na kuwa mti mkubwa kama vile ulivyouona.

Binti Sultani alipovipata vile vitatu alivyoambiwa na yule bibi mtawa, akamwambia yule ndege, "Ndege, uliyokwisha nifanyia hayatoshi. Wewe ndiye uliyesababisha vifo vya kaka zangu wawili, ambao ni kati ya yale mawe meusi yaliyotapakaa kote mlimani niliyoyaona wakati nilipokuwa nikiupanda. Nataka kuwachukua kaka zangu nyumbani. Nitawatambuaje?"

Yule ndege alisita kwanza. Lakini Perizadeh alipomwambia, "Ndege, kumbuka uliniahidi kuwa utanifanyia lolote nilitakalo. Na ujue pia kuwa maisha yako yamo mikononi mwangu." Ndipo yule ndege akamjibu, "Nakubali hayo unayoyasema. Lakini japokuwa unalolitaka si jambo rahisi, nitajaribu niwezavyo. Hebu angalia hapo pembeni kama unaweza kuona kigudulia."

"Nakiona," alijibu binti Sultani.

"Kichukue. Kadiri utakavyouteremka huu mlima, nyunyiza tone moja la maji yaliyomo humo kwenye kila jiwe jeusi."

Perizadeh alikichukua kile kigudulia, akachukua vilevile lile tundu alimo yule ndege, akalichukua tawi la ule mti na kile kichupa cha yale maji ya dhahabu. Kila jiwe aliloliona wakati akiuteremka ule mlima, alilinyunyiza tone moja ya yale maji na mara ileile lile jiwe liligeuka kuwa mtu. Kwa kuwa hakukosa kuyanyunyizia mawe yote meusi, yote yaligeuka kuwa watu na farasi wao, wakiwemo kaka zake wawili. Mara ileile aliwatambua kaka zake na wao walipomwona, walimkimbilia na wakakumbatiana dada yao, wakambusu mashavuni na usoni. Binti Sultani alipowauliza walikuwa wakifanya nini pale, wakamjibu eti walikuwa wamelala!

"Kweli mlilala!" alijibu dada yao. "Na kama si mimi, labda mngeendelea kulala mpaka siku ya kiama! Mmesahau kuwa mmekuja kutafuta ndege asemaye, mti uimbao na maji ya dhahabu? Na mlipofika hapa, hamkuona mawe meusi? Hebu tazameni kama sasa mtayaona. Waungwana hawa waliowazunguka, pamoja na farasi wao na nyinyi wenyewe, ndio mliokuwa yale mawe meusi. Kama mnataka kujua jinsi mambo yalivyokwenda," aliendelea binti Sultani, akiwaonyesha kile kigudulia, "ni maji yaliyomo humu ndiyo yaliyowabadili mkarudia tena umbo lenu la kawaida. Kwani sikutaka kurudi bila nyinyi. Ndipo nikamuuliza ndege naye akaniambia la kufanya."

Kaka zake na wale waungwana wengine, aliowarudishia umbo lao waliokuwa wamemzunguka, walimshukuru sana binti Sultani, wakasema kuwa, toka siku ile, wao ni watumwa wake na wako tayari kulitekeleza lolote atakalosema Perizadeh.

"Waungwana," alijibu binti Sultani, "kama mlivyosikia kauli yangu, madhumuni yangu mimi ilikuwa ni kuwapata kaka zangu. Kufaidika kwenu kutokana na kitendo changu cha kuwapata tena kaka zangu, hakiwafanyi mnilipe mimi chochote au mnawajibika kunifanyia lolote. Kila mmoja wenu yuko huru kama mlivyokuwa awali kabla hamjapatikana na lile janga. Nami nashirikiana nanyi katika furaha mliyo nayo. Basi tusipoteze wakati tukabaki hapa tupande farasi wetu turudi kwetu."

Binti Sultani alimshika farasi wake aliyesimama palepale alipomwacha. Kabla hajampanda, Bahman alimtaka amkabidhi lile tundu la ndege ambebee. Lakini Perizadeh alimjibu, "Kaka, ndege huyu ni mtumwa wangu na nitambeba mimi mwenyewe. Kama unataka kubeba kitu, lichukue hili tawi la ule mti. Kwanza nishikie hili tundu nipande farasi wangu."

Perizadeh alipopanda farasi wake, Bahman alimkabidhi tena lile tundu la ndege, halafu akamgeukia Perviz akamwambia, "Na wewe, kama haitakuwa kazi nzito, beba kijichupa hiki cha maji ya dhahabu."

Wote walipokuwa tayari, Bahman, Perviz na wale waungwana wengine, walipanda farasi wao. Binti Sultani alisubiri wengine waongoze njia. Kaka zake wakawapa heshima hiyo wale waugwana na wao wakampa heshima Perizadeh. Alipoona wote hawataki kuongoza msafara, binti Sultani alisema, "Waungwana, nilitegemea wengine wenu mtaongoza njia." Lakini mmoja wa wale waungwana aliyekuwa karibu yake, kwa niaba ya wenzake, alimjibu, "Seyyidatina, awali tulikuwa hatujui wala hatukutambua heshima wanayostahili wanawake. Lakini, baada ya yale uliyotufanyia, japokuwa unataka tukuongoze, sisi, kwa heshima unayostahili wewe, tunakusihi usitukatalie ombi letu la wewe kutuongoza sisi."

"Waungwana," alitamka binti Sultani, sistahili heshima mnayonifanyia wakati kaka zangu wako hapa. Naikubali tu kwa sababu mnataka niwaongoze."

Basi Perizadeh aliongoza njia, nyuma akifuatwa na kaka zake, na nyuma yao wakifuata wale waungwana wengine. Msafara huu ulielekea mpaka pale alipokuwa yule walii ili wamshukuru. Lakini, kwa bahati mbaya, walimkuta amekufa. Hawakujua ni kwa sababu ya uzee au haikuwa tena muhimu kuwa pale kuonyesha ile njia ya kuelekea mlimani kwenye yule ndege asemaye, mti uimbao na yale maji ya dhahabu – vitu ambavyo vimekwisha milikiwa na binti Sultani Perizadeh. Walimzika yule walii, wakamswalia, wakamwombea Mwenyezi Mungu, wakaondoka.

Wale waungwana walioongozana na Perzadeh na kaka zake, kwa kuwa walitoka sehemu tofauti, kila mmoja wao alishika njia yake ya kule alikotoka.

Mara tu Perizadeh alipowasili kwao, lile tundu la ndege alilitundika dirishani karibu na bustani. Na yule ndege alipoanza kuimba, alizungukwa na ndege wa kila namna: vurumbiza, vipozamataza, biliwili, shorewayo, chiriku na ndege wengine wengi waimbao wapatikanao katika ile nchi. Na lile tawi la ule mti lililopandwa mbali kidogo na lile jumba, liliota mizizi na baada ya muda si mrefu, majani yake yalianza kuimba kwa sauti nzuri ya kuvutia. Mintarafu yale maji ya dhahabu, Perizadeh alijenga namna ya birika kubwa la marumaru bustanini. Lilipokamilika, binti Sultani aliyamimina mle na mara ileile yaliongezeka na kulijaza lile birika na kugeuka chemchemi inayopaa juu na kumiminikia tena mle birikani bila kumwagika wala kufurika.

Baada ya muda mfupi, habari za maajabu haya zilienea kote nchini na watu wengi walikwenda kuyashuhudia kwa macho yao na kuyastaajabia. Na wakati Bahman na Perviz walipopumzika kutokana na uchovu wa ile safari ndefu, walirudia tena maisha yao ya kawaida. Kwa kuwa walipendelea zaidi kuwinda, walipanda farasi wao, kwa mara ya kwanza toka waliporejea, wakaenda mbali kuwinda. Huko, kwa bahati nzuri walikutana na Sultani Khosru Shah akiwinda. Ilitukia kuwa, bila kujua wote walikuwa wanawaandama wanyama walewale. Walakini wana Sultani walipoona kuna kundi jingine linalowawinda wanyama walewale, walisimama wakarudi. Ghafla, kwenye njia nyembamba, walikutana na Sultani. Wale vijana walishuka, wakamsalimu Sultani kwa kumpigia magoti kwa heshima bila kuinua vichwa vyao. Sultani alipowaona, kwa jinsi walivyovalia na wanavyopendeza, alidhani ni kati ya watu wanaohudhuria maijlisi yake, akataka kuona nyuso zao. Wale vijana walinyanyuka, wakasimama wima mbele yake. Sultani aliwatazama kwa muda akiwahusudu kwa adabu yao, uzuri wao na heshima yao. Akawauliza wao ni kina nani na wanaishi wapi.

"Seyyid yetu," alijibu Bahman, "sisi ni watoto wa marehemu mtunza bustani zako na tunaishi katika jumba alilolijenga muda mfupi kabla hajafariki. Na sisi tuko tayari kukuhudumia iwapo nafasi itapatikana."

"Inavyoonekana," alisema Sultani, "mnapenda sana kuwinda."

"Naam," alijibu Bahman. "Ni shughuli tunayofanya mara kwa mara kama ilivyokuwa desturi ya vizazi vya kale vya nchi hii."

Sultani alivutiwa sana na majibu ya Bahman, akasema, "Kama ni hivyo, ningependa kuona ujuzi wenu wa kuwinda. Chagueni ni mnyama gani mnayetaka kumwinda."

Wale vijana walipanda tena farasi wao, wakamfuata Sultani. Kabla hawajafika mbali, waliwaona wanyamapori wengi. Bahman alimchagua simba, na Perviz alimchagua dubu. Waliwafuata kwa wepesi wa ajabu uliomstaajabisha Sultani. Muda si mrefu, walirejea na mawindo yao. Mara Bahman alimwandama dubu mwingine na Perviz akamfuata simba na baada ya muda mfupi waliwaua. Walikuwa tayari kuwafuata wanyama wengine, lakini Sultani aliwakataza akawarudisha. Walipomfikia akawaambia, "Kama ningewaruhusu mwendelee, baada ya muda mfupi, mngewamaliza wanyamapori wote waliomo humu porini! Ushujaa wenu kwa hakika, siku moja utahitajika kuuhami utawala wangu. Kwa hiyo, toka sasa mtakuwa katika huduma zangu."

Kifupi ni kwamba, Sultani baada ya kuwapongeza na kuwasifu, aliwaalika wamtembelee katika kasri lake. Bahman alijibu, "Seyyid yetu, kwa kutualika umetupa heshima kubwa sana tusiyostahili, lakini tunakuomba msamaha."

Sultani, ambaye hakujua kwa nini wale vijana kutokubali mwaliko wake, alitaka kujua sababu. "Seyyid yetu," alijibu Bahman, "tuna mdogo wetu wa kike aishiye nasi. Hatufanyi jambo lolote bila kushauriana naye. Na yeye hafanyi jambo lolote bila kushauriana nasi."

"Nausifu ushirikiano wenu huo," alijibu Sultani. "Basi, kashaurianeni naye, halafu kesho Mungu akipenda tukutane tena hapa mnipe majibu yenu."

Wale vijana walikwenda nyumbani. Lakini, kwa sababu ya shughuli nyingi, walisahau kumwarifu dada yao kuwa kule mawindoni, walikutana na Sultani aliyewaalika. Asubuhi ya pili, kwa bahati walikutana tena na Sultani akawauliza, "Je, mmeongea na dada yenu na amewakubalia mkubali mwaliko wangu?"

Wale vijana walitazamana, wakabadilika rangi wakasema, "Seyyid yetu, tunakuomba msamaha, kwani sote wawili tulipitiwa!"

"Basi leo," alisema Sultani, "kumbukeni na mhakikishe kuwa kesho mnaniletea jibu kamili."

Mara nyingine tena walipopitiwa, Sultani hakuwakasirikia bali, ili wasisahau tena, aliwapa vipira vitatu vya dhahabu, akamkabidhi Bahman, akamwambia huku akitabasamu, "Vipira hivi vitawafanya msisahau mara ya tatu. Vitieni vibindoni. Usiku mtakapovua nguo, vitadondoka chini na kutoa sauti." Na hivyo ndivyo ilivyotokea, kwani Bahman alipovua nguo kwenda kitandani kulala, vile vipira vilianguka chini. Mara ileile alimwendea Perviz wakaongozana mpaka kwa Perizadeh. Baada ya kumwomba radhi kumjia wakati ule, wakamweleza yaliyotokea baina yao na Sultani.

Perizadeh alishangaa kusikia vile akasema, "Kukutana kwenu na Sultani na kualikwa naye ni jambo la heshima kubwa. Lakini nahisi vibaya kuwa mlikataa mwaliko wake kwa sababu yangu. Nionavyo, aslani si jambo zuri hata kidogo kuukataa mwaliko wa Sultani. Kukataa au kumpinga Sultani kunaweza hata kukawa ni hatari! Walakini, kabla hatujaukubali, hebu kwanza tushauriane na yule ndege asemaye, tumsikilize na yeye atasema nini, kwani aliniahidi atatusaidia."

Perizadeh aliagiza lile tundu la ndege liletwe, na baada ya kumweleza yule ndege yaliyojiri na wafanye nini wakati kaka zake wakiwepo, yule ndege alijibu, "Kaka zako wakubali mwaliko wa Sultani. Wakisha alikwa na wao wamwalike Sultani naye aje alione jumba lenu."

"Lakini, ndege," alijibu Perizadeh, "mimi na kaka zangu tunapendana sana. Je, jambo hilo halitaleta matatizo?"

"La," alijibu yule ndege. "Kinyume ni kwamba, litaleta faida na litaimarisha zaidi udugu wenu na uhusiano wenu na Sultani."

"Lakini Sultani ataniona," alisema binti Sultani.

Yule ndege alimwambia ni muhimu aonekane na Sultani na kwamba kuonekana kwake na Sultani kutaleta matokeo mazuri.

Siku ya pili wale vijana walikutana tena na Sultani mawindoni, akawauliza kama walikumbuka kuzungumza na dada yao. Bahman alimjibu, "Seyyid yetu, tuliongea na dada yetu na kwa heshima na taadhima, tunaukubali mwaliko wako. Tunaomba msamaha na utuwie radhi kwa kutokupa jibu tangu awali. Tunatumaini utatusamehe kwa kosa hilo."

"Sahauni," alijibu Sultani huku akitabasamu.

Siku ile Sultani hakuwinda, bali alitaka kuongea zaidi na wale vijana wawili. Aliwataka, wakati wamepanda farasi wao na wanaelekea jijini, mmoja awe upande wake wa mkono wa kulia na wa pili awe mkono wa kushoto, jambo lililomtia wivu waziri mkuu.

Sultani alipoingia katika jiji lake, watu waliojipanga barabarani waliwakodolea macho wale vijana Bahman na Perviz, wakataka kujua wale ni kina nani. Wengi walisema, "Laiti malkia anayeadhibiwa angezaa watoto badala ya vile vioja, leo wanawe wangekuwa na umri kama wale vijana!"

Kitu cha kwanza Sultani alichowafanyia wale vijana walipowasili katika kasri lake ni kuwatembeza mle ndani. Wale vijana, kwa utaalamu wa sanaa na mapambo ya ndani waliyokuwa nao, walilisifu lile kasri kwa uzuri na mapambo yake. Halafu waliandaliwa chakula. Baada ya maakuli ya mchana, walikaa na Sultani katika chumba cha kupumzikia, wakaongea naye kwa muda mrefu. Sultani, ambaye alikuwa mtaalamu katika fani mbalimbali, kila aliloliongea, wale vijana walilijua vizuri – jambo ambalo lilimvutia na kumpendeza sana akafikiri, "Laiti vijana hawa wangekuwa wanangu!"

Kifupi ni kwamba, baada ya maongezi, Sultani aliwaambia, "Sikudhani kuwa, katika milki yangu, kuna vijana waliolelewa na walioelimishwa na wenye adabu na heshima nzuri kama nyinyi. Nimeridhika nanyi kabisa. Na kwa kuwa tumeshaongea vya kutosha sasa, ni heri tupumzishe akili. Na hakuna jambo bora la kufanya hivyo kama muziki."

Mara ileile waliingia wanamuziki wakawatumbuiza. Kulipokuchwa, wale vijana walipiga magoti mbele ya Sultani, wakamshukuru kwa ukarimu, wema, na heshima aliyowafanyia, wakamwomba awape ruhusa ya kuondoka wakimwambia kuwa wamemwacha dada yao peke yake. Sultani alilikubali ombi lao akisema, "Nawapa ruhusa ya kuondoka. Lakini kumbukeni kuwa nimewaleta mwenyewe hapa kuwaonyesha njia. Toka leo milango ya kasri langu iko wazi mnaweza kunitembelea wakati wowote."

Kabla hawajatoka, Bahman alisema, "Seyyid yetu, unaweza kutufanyia heshima sisi na dada yetu kwa kututembelea na kupumzika kwetu baada ya kuwinda?"

"Wanangu," alijibu Sultani, "bila shaka kwenu ni mahali pazuri panapowastahili vijana wa malezi mema kama nyinyi. Nitafurahi kuwapitia na kuja kumwona dada yenu mliyenisimulia mengi juu yake. Hilo, Insha-Allah, litakuwa kesho. Tukutane pale tulipokutana mara ya kwanza ili mniongoze mpaka kwenu."

Bahman na Perviz waliporudi nyumbani, walimweleza dada yao jinsi walivyopokewa na Sultani kwa heshima na ukarimu waliofanyiwa na wamemwomba Sultani awafanyie heshima ya kuja kuwatembelea baada ya kuwinda na kwamba amekubali kuja kesho.

"Kama ni hivyo," alijibu Perizadeh, "tufikirie jinsi ya kumkaribisha Sultani na kumwandalia chakula anachostahili. Naona ni heri kwanza tushauriane na ndege. Labda yeye atatuambia ni chakula cha namna gani anachostahili Sultani."

Kaka zake walikubali na binti Sultani alikwenda kwa yule ndege akamwambia, "Kesho Sultani atatufanyia heshima ya kuja kututembelea na kuliona jumba letu. Tunataka kumwandalia chakula. Tafadhali tushauri, tumtayarishie chakula cha namna gani?"

"Bibi mwema," alijibu yule ndege, "una mpishi mzuri; mwache yeye amtayarishie chakula atakachoona kitamfaa Sultani. Lakini kwanza aandaliwe matango yaliyojazwa lulu kabla hajaandaliwa chakula chenyewe."

"Matango yaliyojazwa lulu!" aliuliza Perizadeh kwa mshangao. "Bila shaka hujui unasema nini! Hicho ni chakula cha namna gani? Sisi bado hatujakisikia! Bila shaka Sultani atafurahi kuona mapambo hayo, lakini sidhani kama atayala. Isitoshe, lulu niliyonayo haitoshi kwa chakula cha namna hiyo."

"Bibi yangu," alitamka yule ndege, "usifikirie hilo. Fanya ninavyokwambia. Ni mema tu ndiyo yatakayotokea. Mintarafu lulu, kesho alfajiri nenda kwenye shina la ule mti mkubwa ulioko upande wa kushoto wa bustani. Chimba chini yake, hapo utaona lulu ya kutosha kuliko itakayohitajika."

Usiku ule binti Sultani alimwita mtunza bustani mmoja akamwambia kesho alfajiri awe tayari. Asubuhi ya pili, alimwambia apachimbe pale alipoagizwa na yule ndege. Yule mtunza bustani alipofikia kina fulani, aliona kijaluba, akamkabidhi binti Sultani. Perizadeh alipokifungua, aliona mna lulu ya kutosha. Alikichukua, akaenda nacho wakati yule mtunza bustani akilifukia lile shimo. Alfajiri Bahman na Perviz walimwona dada yao akitokea bustanini. Wakamfuata, wakaona ana kijaluba kwapani. Bahman akamuuliza kwa mshangao, "Dada, alfajiri ulipotoka na mtunza bustani, hukuwa na kitu na sasa tunakuona umerudi na kijaluba cha dhahabu. Je, hii ni hazina iliyopatikana na mtunza bustani aliyekuja kukwambia?"

"La, kaka," alijibu binti Sultani. "Mimi ndiye niliyempeleka huko kulikofichwa kijaluba hiki na kumwonyesha pa kuchimba. Mtastaajabu zaidi mtakapoona kilichomo ndani."

Binti Sultani alikifungua na kaka zake walipoona kimejaa lulu ya thamani, walimuuliza jinsi alivyojua mahali kijaluba kile kilipokuwa. "Kaka zangu," aliwajibu, "kama hivi sasa hamna jambo muhimu la kufanya, njooni nami nitawaambia."

"Hatuna jambo lolote muhimu la kufanya isipokuwa hilo la wewe kutwambia," alisema Perviz.

Basi, waliporudi jumbani, binti Sultani aliwaeleza yote yale aliyoambiwa na yule ndege jinsi ya kumtayarishia Sultani matango ya lulu na mahali lulu hiyo inapopatikana. Wote watatu walijaribu sana kujua maana ya Sultani kuandaliwa matango ya lulu. Walijaribu sana kufumbua fumbo hilo, lakini hawakupata ufumbuzi, wakaona hawana budi kufanya kama vile walivyoambiwa na yule ndege.

Binti Sultani alipoingia ndani, alimwita mpishi wao na baada ya kumwarifu kuwa watakuwa na mgeni rasmi, Sultani wa Ajemi, alimwambia, "Baada ya kutayarisha chakula astahilicho Sultani, nataka Sultani aandaliwe matango yaliyopambwa juu kwa lulu hii." Halafu akakifungua kile kijaluba, akamwonyesha zile lulu zilizokuwa mle ndani.

Yule mpishi, ambaye bado alikuwa hajasikia chakula kinachotayarishwa kwa lulu, alishtuka, akamtazama binti Sultani kwa mshangao. Perizadeh akasema, "Naona umeshangaa na unafikiri labda nina wazimu kukuamrisha utayarishe mlo ambao bado hujausikia na ambao, kwa hakika bado hakuna aliyeusikia. Hilo nalijua kama unavyolijua. Na mimi sina kichaa nakupa amri hii nikiwa na akili timamu. Kwa hiyo, fanya ujuzi wako uyatayarishe hayo matango. Lulu zitakazobaki, nirudishie mwenyewe."

Yule mpishi hakuweza kumjibu, hata hivyo alikichukua kile kijaluba. Halafu binti Sultani aliwaarifu watumishi walipambe jumba lao ndani na nje kumpokea mgeni huyo rasmi.

Siku ya pili wale vijana wawili walikwenda kule walikoahidi kukutana na Sultani. Alipowasili, Bahman aliongozana na Sultani wakati Perviz akiwatangulia. Alipowasili jumbani, alimwendea Perizadeh akamwarifu kuwasili kwa mgeni wao. Lakini binti Sultani alikwisha arifiwa na watumishi wake, akawa tayari kumpokea mgeni huyo rasmi.

Sultani alipofika, alishuka farasi wake na binti Sultani alitokea, akajitupa miguuni pake kwa heshima, huku kaka zake wakimwarifu Sultani kuwa huyo ndiye dada yao. Sultani alimwinamia binti Sultani, akamnyanyua, na baada ya kumwangalia kwa makini na kuustaajabia uzuri wake na heshima aliyokuwa nayo, Sultani akasema, "Kaka hawa wawili, hakika wanastahili kuwa na dada kama huyu. Siwalaumu kuwa hawafanyi lolote bila kushauriana naye!" Akaongeza, "Natumaini, binti yangu, kuwa tutajuana zaidi baada ya kunionyesha jumba lenu."

"Seyyid yangu," alisema binti Sultani, "hili ni jumba tu la kawaida lililojengwa huku shamba linalostahili kukaliwa na watu kama sisi waliojitenga na mengi ya ulimwengu huu. Haliwezi kufananishwa na majumba na makasri ya jijini, wala halistahili kulinganishwa na makasri ya wafalme."

"Hapo sikubaliani na maoni yako," alisema Sultani, akiongeza, "kwani, kwa nje lavutia sana. Lakini sitasema mengi mpaka nilione lote – nje na ndani. Haya basi, nitembeze nilione vizuri."

Perizadeh alimtembeza Sultani na kumwonyesha vyumba vyote na baada ya kuviona, Sultani alimwambia binti Sultani, "Unaliita hili jumba la shamba? Majumba na makasri ya jijini hayawezi kulinganishwa na jumba lenu hili kwa uzuri. Kwa hiyo, sishangai unaposema kuwa mnafurahia maisha ya kuishi humu hapa shamba. Sasa hebu kanitembeze bustanini ambako nako nina hakika kunavutia sana kustahili hili kasri lenu."

Binti Sultani alifungua mlango ulioelekea bustanini. Kitu cha kwanza alichokiona Sultani ni yale maji ya dhahabu yakipaa na kushuka pale birikani. Sultani alishangaa kuona kitu cha ajabu kile, akataka kujua yalikopatikana yale maji ya ajabu yasiyoweza kufananishwa na kitu chochote? Kabla hajajibiwa, Sultani alisema atayachunguza kwa makini zaidi baada ya kuonyeshwa kila kitu.

Pervizadeh alimwongoza Sultani mpaka pale palipokuwa na ule mti ulioimba kwa sauti nzuri ambayo mfano wake Sultani alikuwa bado hajaisikia. Akataka kujua mahali waliko wana muziki, kwani hakuweza kumuona mtu yeyote.

"Binti yangu," Sultani aliuliza, "wako wapi hao wanamuziki na waghani ninaowasikia mbona siwaoni? Wako ardhini au hewani?"

"Seyyid yangu," alijibu binti Sultani akitabasamu. "Hao si wanamuziki bali ni majani ya mti huu ulio mbele yako. Na kama utaukaribia zaidi, utahakikisha ninayosema, na utazisikia vizuri zaidi hizo sauti."

Sultani aliusogelea ule mti na aliburudishwa kwa zile sauti nzuri zilizotoka pale ambazo asingechoka kuzisikiliza. Hapo akauliza tena, "Binti yangu, hebu niambie mti huu wa ajabu uliota hapa kwa bahati tu, ulipewa zawadi au uliupata kutoka katika nchi ya kigeni? Bila shaka unatoka mbali sana. Kwa kuwa mimi mwenyewe napenda vitu vya ajabu visivyo vya kawaida, ningependa kujua unakopatikana. Je, unauitaje?"

"Seyyid yangu," alijibu binti Sultani, "hauna jina maalumu isipokuwa mti uimbao na haupatikani katika nchi hii. Itachukua muda kukuarifu jinsi ulivyopatikana. Historia yake inahusiana na yale maji ya dhahabu na ndege asemaye – vyote ambavyo nilivipata mara moja na ambavyo, Seyyid yangu, nitakusimulia mara tu utakapoyaangalia kwa makini yale maji ya dhahabu na utakapopumzika kutokana na jua kali ambalo bila shaka lilikuchoma mawindoni."

"Binti yangu," alisema Sultani, "kutokana na vitu hivi vya ajabu ulivyonionyesha, sihisi kamwe kuchoka. Nakusikitikia wewe tu kwa taabu ninayokupa ya kunitembeza kote. Hebu tumalize kwa kuyaangalia tena yale maji ya dhahabu. Na nina hamu kubwa sana ya kumwona na kumstaajabia huyo ndege asemaye."

Sultani alipofika tena pale panapobubujika yale maji ya dhahabu, aliyakodolea macho, mwisho akatamka, "Kwa kuwa maji haya hayatoki ardhini, ni kusema kuwa ni ya kigeni kama ule mti uimbao."

"Seyyid yangu," alisema Perizadeh, "ni kama hivyo ulivyosema. Hilo birika, kama unavyoliona, ni la marumaru na tumelijenga sisi. Ni kusema kuwa, hayo maji hayafuriki wala hayaingii ardhini bali yanabaki humohumo birikaini. Utashangaa kusikia kuwa maji yote haya unayoyaona yanatokana na matone machache tu yaliyoongezeka yenyewe yakawa kama hivi unavyoyaona. Mimi nayafurahia sana na kila siku huja kuyaangalia na kuyastaajabia. Sasa hebu twende tukamwangalie ndege asemaye."

Walipoelekea kule aliko yule ndege, Sultani alishangaa kuona idadi kubwa ya ndege wa kila namna na wa kila rangi waliojaa mitini pale karibu yake wakiimba. Akataka kujua kwa nini wamejazana pale tu na hawako kwenye miti mingine.

"Sababu," alijibu binti Sultani, "wametoka sehemu mbalimbali kuja kushirikiana na ndege asemaye aliyomo ndani ya tundu lile lililoko dirishani penye sebule tunakokaribia. Ukilikaribia, utasikia jinsi sauti za hao ndege zilivyo nzuri."

Sultani alifika pale sebuleni wakati ndege wakiendelea kuimba. Binti Sultani akamwamrisha yule ndege, "Ndege wangu, huyu hapa Sultani wa Ajemi, msalimie."

Mara ileile yule ndege aliacha kuimba, na ndege wengine wote wakanyamaza kimya, akasema, "Sultani mtukufu anakaribishwa. Mwenyezi Mungu amlinde na ampe umri mrefu."

Kwa kuwa yule ndege alitundikwa kwenye dirisha lililokuwa pale sebuleni alipokaribishwa Sultani, Sultani alimkaribia wakati akiketi akasema, "Ndege, asante sana. Nimefurahi kuona kuwa wewe ni Sultani wa ndege wote."

Chakula kilipoandaliwa, Sultani aliona mlo wa matango yaliyopambwa kwa lulu umewekwa mbele yake. Alinyoosha mkono, akachukua moja. Lakini alipolikata, alishangaa sana kuona limejazwa lulu. "Nini hii?" aliuliza kwa mshangao mkubwa. "Toka lini lulu ikaliwa?"

Aliwaangaliwa wale vijana wawili na dada yao. Kabla hawajamjibu, yule ndege aliingilia kati, akatamka, "Unastaajabu kuona matango yamejazwa lulu unayoyashuhudia kwa macho yako. Uliaminije kwa urahisi kuwa malkia, mke wako, amejifungua mbwa, paka na kipande cha mti bila wewe mwenyewe kushuhudia au kutafiti ukweli?"

"Niliamini," alijibu Sultani, "kwa sababu nilihakikishiwa na wakunga ambao ni dada zake malkia."

"Wakunga hao, Seyyid yangu," alijibu yule ndege, "ni dada wawili wa malkia waliomwonea mdogo wao wivu na kijicho kwa sababu ya wewe kumchagua yeye badala ya kumchagua mmoja wao. Kwa kijicho walichokuwa nacho, walifanya mpango wa kusema uongo huo uliouamini. Ukiwahoji, wataungama kwa makosa waliyoyafanya. Hawa vijana wawili na dada yao walioko mbele yako ni watoto wako waliozaliwa na malkia wakati ule badala ya vile vioja ulivyoambiwa amejifungua. Waliwatupa wakaokotwa na mtunza bustani zako. Yeye ndiye aliyewalea na kuwaelimisha."

Kauli hii ya ndege ilimfumbua macho Sultani, akasema, "Ndege, naamini ukweli unaoniambia. Hata mimi nilipowaona vijana hawa kwa mara ya kwanza, mwili ulinisisimka, nikahisi ni damu yangu." Hapo Sultani akanyanyuka, akawanyooshea mikono wanawe akawakumbatia huku wote wakitiririkwa machozi. "Na nyinyi kumbatianeni," alisema Sultani. "Si kama watoto wa mtunza bustani, bali kama watoto wangu mimi Sultani wa Ajemi, ambaye utawala na dola lake kubwa siku moja mtalirithi nyinyi."

Baada ya wale watoto kukumbatiana, Sultani aliketi nao tena, akamaliza maakuli kwa haraka, halafu akasema, "Wanangu, leo mmeniona mimi baba yenu. Kesho, Insha-Allah, nitawaletea malkia, mama yenu mzazi. Kwa hiyo, jitayarisheni kumpokea."

Basi, Sultani alipanda farasi wake, akarejea na kundi lake la wawindaji hadi jijini. Jambo la kwanza alilolifanya mara tu alipoingia ndani ya kasri lake, ni kumwamrisha waziri mkuu akawakamate wale dada wawili wa malkia. Walichukuliwa kutoka kwao, wakatiwa korokoroni na baada ya muda mfupi, walikatwa vichwa.

Wakati huo Sultan Khosru Shah, akifuatana na wana majilisi yake, walikwenda kwa miguu mpaka kwenye lango la msikiti mkuu, akaingia ndani, akamtoa malkia aliyesota mle kwa muda wa miaka kadhaa, akamkumbatia. Sultani akamwambia malkia aliyedhoofika huku machozi yakimlengalenga machoni, "Nimekuja kukuomba radhi kwa kukukosea. Nimewaadhibu wale waliosababisha mateso na adhabu yote uliyoikabili kwa muda mrefu. Natumaini utanisamehe nitakapokuletea wana Sultani wawili na binti Sultani mzuri mmoja, ambao ni watoto wetu. Tafadhali twende, kwa heshima na taadhima, ukakikalie kiti chako cha enzi unachokistahili kama malkia wa Ajemi."

Sultani aliyatamka maneno hayo mbele ya hadhara kubwa ya watu waliojazana pale msikitini na waliokuwa wakipita njia. Habari hizi zikavuma kote jijini!

Asubuhi ya pili, Sultani na malkia aliyevalia lebasi ya kifalme na ya kifahari, wakiongozana na wanamajilisi wote ya Sultani, pamoja na waungwana wa jiji, walielekea kule kwenye lile jumba lililojengwa na mtunza bustani ambako Sultani aliwakutanisha malkia na wanawe.

"Hawa, mke wangu mpenzi, uliyeteseka sana," alitamka Sultani, "ni wanao wawili, mabin Sultani. Na huyu binti Sultani mzuri, ni binti yako. Wakumbatie kama nilivyowakumbia mimi, kwani ni watoto wetu tunaowastahili."

Hapo machozi yakaanza kuwatiririka wote kwa wingi, hasa malkia kwa furaha ya kuwa na mabin Sultani kama wale na binti Sultani mzuri kama yule waliosababisha kuteseka kwake kote kule.

Kwa ajili ya wazazi wao na wote walioongozana nao, wale watoto walitayarisha na kuandaa karamu maalumu. Wakawatembeza wote na kuwaonyesha ule mti uimbao, yale maji ya dhahabu yakibubujika pale birikani. Halafu wakawaonyesha yule ndege asemaye ambaye alisifiwa sana na Sultani akisisitiza kuwa, kama si ndege yule, pengine wasingewajua watoto wao. Wote wakamshukuru.

Baada ya furaha ya kukutana kwao, Sultani alipanda farasi wake huku akiongozana na wale wanawe wawili, moja kulia na wa pili kushoto, huku malkia naye akiongozana sambamba na binti yake, wakarejea jijini. Halaiki ya watu ilijikusanya barabarani kuwapokea na kuwashangilia kwa furaha na vigelegele, huku watu wakimwangalia malkia, binti yake na wale wanawe wawili. Lakini watu walimstaajabia zaidi yule ndege aliyekuwa amebebwa na binti Sultani, huku ndege akiimba kwa sauti yake nzuri iliyowavutia ndege wengine walioandamana nao wakitua mti hadi mti toka paa la nyumba hadi paa la pili. Mwisho, wana Sultani Bahman na Perviz na dada yao Perizadeh waliwasili kwenye kasri la wazazi wao ambako kuliandaliwa sherehe maalumu ambayo mfano wake bado haujaonekana wala haujasikika katika milki ya Ajemi. Sherehe na karamu iliendelea kwa muda wa siku nyingi, si pale jijini tu bali hata katika dola zima la Ajemi!

*   *   *

Shahrazad alipomaliza kusimulia kisa hiki cha ajabu, Dunyazad akasema, kwa hakika, dada yangu, hicho nacho kilikuwa ni kisa cha ajabu sana. Ndipo Shahrazad akasema hakishindi kisa cha Ali Khoja, Mfanyabiashara wa Baghdad, ambacho angependa kuwasimulia kama mfalme atamruhusu. Lakini kabla ya hapo, aliongeza, angependa kuwasimulia kisa kifupi. Mfalme Shahriyar, kama kawaida, alikubali na Shahrazad akaanza kuwasimulia kwanza kisa cha:

Msichana Mtawa na Mhunzi

Hapo kale alikuwako mtu mmoja aliyesikia kuwa, katika mji fulani, anaishi mhunzi mmoja anayeweza kutia mkono wake katika moto mkali bila kuungua. Kwa kuwa alikuwa na hamu sana ya kumwona mtu huyo, alisafiri mpaka kwenye ule mji, akauliza watu anakoishi mhunzi huyo asiyeungua. Alielekezwa, akamwendea. Alipofika, akathibitisha kuwa kweli haungui, kwani alishuhudia jinsi yule mtu alivyokuwa akitumia mikono yake mitupu akitoa motoni vyuma vinavyowaka moto bila kuungua.

Alisubiri mpaka yule mhunzi alipomaliza kazi yake, akamwendea, akamwamkia, akamuuliza, "Bwana, mimi ni mgeni, ningependa usiku huu niwe mgeni wako." Yule mhunzi alimkaribisha, akamchukua mpaka kwake alikomtayarishia chakula, wakala wakalala.

Kwa kuwa usiku yule mgeni hakuona ibada yoyote ikifanywa na yule mwenyeji wake, alifikiri, labda hataki kujionyesha mbele yake. Basi, alibaki kwake kwa muda wa siku tatu akimchunguza. Akahakikisha kuwa yule mwenyeji wake, kwa hakika hafanyi lolote lisilo la kawaida isipokuwa kuswali swala za wajibu na kwamba usiku wa manane haamki kufanya ibada nyingine ya aina yoyote.

Siku iliyofuata, yule mgeni alimuuliza mwenyeji wake, "Nimesikia na nimeshuhudia mwenyewe kwa macho yangu jinsi usivyoungua kwa moto. Hicho, naamini ni kipaji maalumu ulichojaaliwa na Mwenyezi Mungu. Walakini, nilipokuchunguza siku tatu nilizokuwa nawe, sikuona ukifanya jambo lolote lisilo la kawaida. Je, imekuwa vipi hata ukapata kipaji hicho?"

"Nitakueleza," alijibu yule mhunzi. "Mimi nilimpenda msichana mmoja aliyekuwa mtawa msalihina. Kila jitihada niliyoifanya ya kumpata ilishindikana. Wakati mmoja kulitokea njaa kubwa nchini. Siku moja, wakati wa njaa hiyo, nilipokuwa nyumbani mwangu, mlango ulibishwa, nikaenda kutazama ni nani anayeugonga. Nilipoufungua, nikamwona yule msichana amesimama mlangoni, akaniambia, "Rafiki yangu, nina njaa. Kwa jina la Mwenyezi Mungu, nimekuja kukuomba unipatie chochote cha kula."

"Hujui," nilimjibu, "jinsi ninavyoteseka kwa ajili yako? Siwezi kukupatia chochote cha kula mpaka ukubali nilale nawe."

"Heri kufa kwa njaa," alinijibu yule msichana, "kuliko kufanya jambo hilo la dhambi."

Aliponijibu hivyo, akaenda zake. Baada ya siku mbili, alirudi tena, akazidi kunisihi nimpatie chochote cha kula, nami nikampa jibu lilelile. Kwa kuwa alikuwa dhaifu sana kupita kiasi kwa ajili ya njaa, aliingia chumbani mwangu akakaa. Nikajua kuwa sasa amekubali nilitakalo, nikaenda kumpikia chakula. Nilipomletea, machozi yakaanza kumtiririka, akasema, "Nitakila chakula hiki kwa jina la Mwenyezi Mungu." Lakini mimi nilimwambia hawezi kukila mpaka kwanza anikumbatie, nimbusu akubali nilitakalo.

Msichana Akimsihi Mhunzi Ampe Chakula

Yule msichana alikiacha kile chakula, akasimama, akasema, "Heri kufa, kuliko kuja kuadhibiwa ahera na Mwenyezi Mungu kwa kufanya jambo la dhambi kama hilo." Akatoka, akaenda zake.

Siku mbili zilipopita, mlango ulibishwa tena. Nilipokwenda kuufungua, nikamwona tena yule msichana akiwa hoi kwa njaa, akaniambia kwa sauti dhaifu, "Sina nguvu tena, na siwezi kwenda kuombaomba kwa mtu mwingine nisiyemjua. Kwa hiyo, kwa jina la Mwenyezi Mungu, nakusihi, nipe kitu chochote cha kula."

Japokuwa wakati ule nilikuwa nikipika chakula, nilimkatalia, nikamwambia kwamba simpi chochote mpaka alikubali lile ombi langu.

Baada ya muda, nikafikiri na kujiuliza, "Msichana huyu anawezaje kunikatalia nilitakalo ilhali ana njaa ya kufa? Ni kitu gani kinachomfanya akatae awe radhi kufa kuliko kulala nami?" Nikahisi vibaya sana, nikajilaumu kwa kumtesa vile maskini yule mtoto wa kike. Mara ileile nilitubu kwa Mwenyezi Mungu, nikampelekea chakula, nikamwambia, "Hiki hapa chakula usiogope, kula. Nakupa kwa jina la Mwenyezi Mungu."

Yule msichana aliposikia vile, akaomba, "Ewe Mungu wangu we, kama anayoyasema bwana huyu ni ya kweli, mwepushie moto wa duniani na moto wa ahera, kwani wewe ndiye nimwaminiye mwenye nguvu na mwenye uwezo wa yote."

Nilimwacha pale akila, nikaenda jikoni kuuzima moto. Wakati nikifanya hivyo, kaa moja la moto lililokuwa likiwaka sana, liliniangukia mguuni. Lakini, kwa ajabu ya maajabu, sikuungua wala sikuuhisi ule moto! Nikashangaa. Nikafikiri labda ni maombi ya yule msichana ndiyo yaliyoitikiwa na Mwenyezi Mungu. Hapo nikatia mkono mle motoni, nikalishika kaa jingine lililokuwa likiwaka. Nalo pia halikuniunguza. Hapo nikamwendea yule msichana mle chumbani alimokuwa akila, nikamwambia, "Ewe msichana mwema, Mwenyezi Mungu ameitikia dua yako, nami nakuombea kila la heri: Kwa heri ya kutoonana tena!"

Basi toka siku ile, sikumwona tena yule msichana na mimi, toka siku hiyo, moto wa aina yoyote haukuniunguza. Sijui ya huko ahera, *Allahu 'Aalim*! Na hivyo, rafiki yangu, ndivyo nilivyojaaliwa kipaji hicho cha kuweza kushika moto mkali nisiungue."

*   *   *

Baada ya Shahrazad kusimulia kisa hicho kidogo cha kusisimua cha Msichana Mtawa na Mhunzi, akaanza kusimulia kisa cha:

Ali Khoja, Mfanyabiashara wa Baghdad

Katika enzi ya Khalifa Harun al-Rashid, katika jiji la Baghdad, aliishi mfanyabiashara mmoja aliyeitwa Ali Khoja ambaye hakuwa tajiri wala maskini. Alikuwa *kapera* aliyeishi katika nyumba aliyoirithi kutoka kwa marehemu baba yake. Ali Khoja aliridhika na mapato yake na maisha aliyokuwa akiishi. Lakini siku tatu mfululizo, wakati wa usiku wa manane katika ndoto alijiwa na Sheikh mmoja aliyemkodolea macho, akamkemea kwa ukali kwa kutokwenda kwake Makkah kuhiji.

Kilichomzuia mara kwa mara asiende kuhiji ni nyumba yake, duka lake na bidhaa zake nyingi alizokuwa nazo, hivyo vikiwa ni visingizio alivyotoa vya kutokwenda kwake kuhiji. Kwa hiyo, aliridhika tu kutoa sadaka, na kutenda mema. Lakini, baada ya ndoto hiyo kumrudia mara kwa mara, Ali Khoja aliingiwa na hofu akafikiri asipohiji huenda akapatikana na maafa. Basi, alikata shauri mwaka ule kwenda Makkah kuhiji. Aliuza vitu vyake vya nyumbani, dukani, na sehemu kubwa ya bidhaa zake, akabakisha chache tu alizokusudia kuziuza Makkah. Alipokamilisha kazi yake yote, kabla hajajiunga na msafara wa Baghdad uliokuwa ukielekea Makkah, alitafuta mahali salama pa kuweka akiba sarafu elfu moja za dhahabu ambazo zingempa uzito kama angezibeba na kuzichanganya na zile za matumizi yake pindi atakapojaaliwa kufika Makkah. Kwa hiyo, alikata shauri kuzitia ndani ya gudulia, akalijaza zaituni, akalibeba moja kwa moja mpaka kwa rafiki yake mmoja mfanyabiashara, akamwambia, "Ndugu yangu, unajua kuwa, baada ya siku chache, nitajiunga na msafara unaoelekea Makkah ninakokusudia kwenda kuhiji. Kwa hiyo, nakusihi, rafiki yangu, unifanyie hisani ya kuniwekea zaituni zangu zilizomo ndani ya gudulia hili uniwekee mpaka nitakapojaaliwa kurudi salama."

Yule mfanyabiashara alimwahidi atamtunzia na kwa kumridhisha, alimwambia Ali Khoja, "Chukua ufunguo huu wa ghala yangu ukaliweke mwenyewe gudulia lako popote pale upendapo. Nakuahidi utakaporudi, utalikuta hapo ulipoliweka."

Siku ya msafara ilipowadia, Ali Khoja alijiunga nao, akiwa na ngamia wake aliyeshehenezwa bidhaa mbalimbali alizotumaini zitamletea faida pindi atakapojaaliwa kuwasili Makkah salama salimini.

Baada ya safari ndefu, aliwasili Makkah alikojiunga na mahujaji wengine kuzuru Kaaba. Alitekeleza wajibu wake wote wa kuhiji kama mahujaji wengine wengi waliotoka sehemu mbalimbali za dunia. Alipomaliza wajibu wake, alizitoa zile bidhaa zake alizokuja nazo kuziuza apate faida.

Wafanyabiashara wawili waliopita pale alipoziweka bidhaa zake, walipoziona, walisimama, mmoja akamwambia mwenzake wakati walipoondoka, "Kama mfanyabiashara huyu angejua faida bidhaa zake hizi zingemletea jijini Qahira (Cairo), angezipeleka huko bila kukawia badala ya kuziuza hapa Makkah kwa bei rahisi."

Ali Khoja aliyasikia yale maneno. Kwa kuwa mara kwa mara alisikia sifa na uzuri wa nchi ya Misri na jiji la Qahira, alikata shauri kwenda huko kuushuhudia uzuri wa nchi hiyo na kujaribu bahati yake huko. Alifungasha bidhaa na vitu vyake vingine, badala ya kurejea Baghdad, aliongozana na msafara uliokuwa ukielekea Qahira. Alipowasili huko, kweli aliona na kuvutiwa na uzuri wa nchi na jiji hilo na baada ya muda, aliweza kuziuza bidhaa zake zote kwa faida kubwa kuliko vile alivyotazamia. Kwa zile fedha alinunulia bidhaa nyingine nyingi kwa madhumuni ya kwenda kuziuza Damashki (Damascus), katika nchi ya Sham (Syria). Wakati akingoja msafara wa kuelekea huko, ambao ungeondoka baada ya majuma sita, Ali Khoja alipata nafasi ya kuzitembelea sehemu mbalimbali maarufu za Qahira kama vile kwenye *haram* (mapiramidi), mto Nili (Nile) na miji mingine mashuhuri iliyoko kandokando ya mto huo.

Msafara wa Damashki ulipoanza, ulipitia *Beta al Muqaddas* (Jarusalem). Kwa hiyo, Ali Khoja alibahatika kuuzuru msikiti wa Al-Aqsa, ambao kwa Waislamu ni mahali pa pili patakatifu pakifuata Makkah. Ndiyo maana pakaitwa *Beta al Muqaddas,* au mahali patakatifu.

Alipowasili Damashki, Ali Khoja aliona ni mahali pazuri sana palipojaa bustani, chemchemi za maji safi ambapo uzuri wake hauna kifani. Alikaa huko kwa muda mrefu. Hata hivyo, hakusahau kwao Baghdad ambako alikusudia kurejea mara moja.

"Angeziuza Bidhaa Zake Qahira, Angepata Faida Kubwa!"

Katika safari yake ya kurejea, alipitia jiji la Aleppo alikopumzika kwa muda. Kutoka huko, baada ya kupitia mto Ufreti, Ali Khoja alielekea Mossul kwa makusudi ya kurejea Baghdad kupitia mto Tigris. Lakini alipofika Mossul, wafanyabiashara wa Ajemi, ambao alisafiri nao kutoka Aleppo na aliofanya nao urafiki, walimshawishi asirudi kwao mpaka kwanza ameliona jiji la Shiraz halafu ndiyo arudi Baghdad akiwa amepata faida kubwa zaidi.

Basi, katika safari yao hiyo walipitia miji Sultania, Rei, Qoam, Isfahan na mwisho wakafika Shiraz. Kutoka huko, badala ya kurudi Baghdad, alielekea Hindustan (Bara Hindi) akiongozana na wafanyabiashara wa Shiraz. Jumla ya yote, ilimchukua miaka saba kabla hajarejea kwao Baghdad!

Wakati wote huo yule rafiki yake mfanyabiashara aliyemwachia lile gudulia lake la zaituni, alisahau kabisa habari za Ali Khoja na lile gudulia lake. Lakini wakati Ali Khoja alipokuwa safarini akielekea Shiraz, jioni moja mke wa yule mfanyabiashara, wakati wakila chakula chao cha jioni, na mazungumzo yao yalipohusu zaituni, aliingiwa na hamu ya zaituni, akasema kuwa kwa muda mrefu sana, hajazila zaituni. Hapo mumewe akasema, "Mintarafu zaituni, unanikumbusha lile gudulia aliloniachia Ali Khoja miaka saba iliyopita wakati alipokwenda Makkah kuhiji. Aliliweka mwenyewe ghalani mwetu nimwekee mpaka atakaporudi. Mpaka sasa sijui lililompata japokuwa ule msafara alioongozana nao uliporudi niliarifiwa kuwa alielekea Misri. Bila shaka amekufa baada ya miaka yote hiyo ama sivyo angerejea ama angetuma habari zozote. Kwa hiyo, kama hazikuharibika, zile zaituni zake tunaweza kuzila. Hebu nipe sahani na mshumaa niende ghalani nikachukue chache tuzijaribu."

"Kwa jina la Mwenyezi Mungu," alisema mke wake, "usifanye hivyo. Unajua kuwa hakuna jambo baya kama kuchukua amana uliyokabidhiwa na mtu kumwekea. Unasema Ali Khoja ameondoka Makkah na hajarudi hapa na umeambiwa kuwa amekwenda Misri. Unajuaje kama amekwenda kwingine? Kwa kuwa hujui kifo chake, anaweza akarejea leo, kesho au keshokutwa. Aibu iliyoje hiyo akija akakuta gudulia lake lina upungufu wa zile zaituni zake alizokuamini nazo! Mimi sina haja ya hizo zaituni. Niliposema nina hamu ya zaituni, sikumaanisha nazitaka. Yale yalikuwa ni mazungumzo tu. Hata hivyo, unafikiri bado ni nzuri baada ya miaka yote hiyo? Bila shaka zimeharibika na Ali Khoja akirejea, kama ninavyohisi atafanya na akagundua kuwa gudulia lake limefunguliwa, atakufikiriaje? Kwa hiyo, mume wangu, nakusihi liache hapo lilipo."

Mke wa yule mfanyabiashara hakubishana na mume wake, kwani mumewe hakuwa na tabia ya kumsikiliza. Mfanyabiashara alinyanyuka, akachukua mshumaa na sahani, akaenda ghalani. Alipokuwa akiondoka, mke wake alimwambia, "Ujue kuwa mimi simo katika haya unayoyafanya wala sitaki kuja kuhusishwa na hayo yatakayotokea."

Yule mfanyabiashara aliziba masikio yake kwa yale mke wake aliyoyasema. Alipoingia katika ghala, alilifungua lile gudulia, akaona zile zaituni zimeharibika. Kuhakikisha kuwa zote zimeharibika, alizimimina kwenye ile sahani. Wakati akifanya hivyo, zile sarafu za dhahabu zikaangukia sahanini.

Sarafu za Dhahabu Zikiangukia Sahanini

Kuona zile sarafu za dhahabu, yule mfanyabiashara, ambaye sasa aliingiwa na tamaa, alitia mkono wake mle guduliani, akaona kuwa zaituni zote zilitoka na kilichobakia mle ndani ni sarafu tupu za dhahabu! Mara ileile alizirudisha tena mle guduliani, akazifunika, akarudi kwa mke wake, akamwambia, "Mke wangu, kweli zile zaituni zimeharibika na nimelifunga lile gudulia kama vile Ali Khoja alivyolifunga. Akija, hatajua kuwa limefunguliwa."

"Ungenisikiliza na kufuata ushauri wangu hapo awali badala ya kwenda kuvitia vidole vyako mle ndani," alisema mke wake.

Kauli ya mke wake haikumwingia kichwani. Lililokuwa kichwani mwake ni zile sarafu za dhahabu za Ali Khoja na jinsi atakavyozimiliki hata kama mwenyewe atarudi.

Asubuhi ya pili alikwenda sokoni, akanunua zaituni nyingine mpya za mwaka ule, akarudi nazo ghalani mwake. Baada ya kutoa zile sarafu, alilijaza zile zaituni mpya alizonunua, akalifunika vizuri, akaliweka palepale ambapo Ali Khoja alipoliweka gudulia lake.

Mwezi mmoja, baada ya mfanyabiashara kufanya kitendo kile kiovu, Ali Khoja aliwasili Baghdad. Kwa kuwa nyumba yake aliipangisha kabla hajaondoka, alifikia wanakofikia wageni mpaka atakapopata mahali pengine na kuweza kuwatangazia wateja wake wa zamani kuwasili kwake.

Asubuhi ya pili Ali Khoja alimtembelea yule rafiki yake mfanyabiashara aliyempokea vizuri na kuonyesha furaha nyingi kwa kurejea kwa sahibu yake wa zamani baada ya kutoweka kwake kwa muda wa miaka kadhaa, akisema kuwa alikata tamaa ya kumwona tena.

Baada ya maamkiano na kujuliana hali, Ali Khoja alimwambia rafiki yake kuwa amekuja kulichukua lile gudulia lake la zaituni alilomwachia wakati alipoondoka, akimwomba radhi kwa usumbufu aliompa.

"Rafiki yangu," alijibu yule mfanyabiashara, "huna haja ya kuomba radhi. Gudulia lako halikunipa usumbufu wowote. Ule pale ufunguo wa ghala yetu. Uchukue ukafungue ghala ukalichukue gudulia lako utalikuta palepale ulipoliweka."

Ali Khoja alikwenda katika ile ghala ya yule mfanyabiashara, akalichukua gudulia lake, akamrudishia mwenyewe ule ufunguo wake, akamshukuru kwa hisani aliyomfanyia, akalibeba gudulia lake, akaenda nalo mpaka kule alikofikia. Lakini alipolifungua na kutia mkono wake ndani mpaka kule alikoweka zile sarafu za dhahabu, alistaajabu kuona hazimo. Kwanza alifikiri labda amekosea. Alizimimina zaituni zote kwenye chombo bila kuona hata sarafu moja. Mastaajabu aliyokuwa nayo yalimfanya asimame kimya kwa muda. Mwisho, alinyanyua macho yake juu, akatamka, "Inawezekanaje mtu niliyemfikiria kuwa ni rafiki yangu kunitendea jambo kama hili?"

Ali Khoja, akiwa amepigwa na butwaa kwa kupoteza fedha nyingi kama zile, mara ileile alimwendea yule rafiki yake. Alipofika, akamwambia, "Rafiki yangu, usishangae kuona nimerudi upesi hivi. Lile gudulia langu la zaituni nililokuachia wakati niliposafiri, kweli ni lilelile nililokuja kulichukua, na nililikuta mahali palepale nilipoliweka. Lakini, pamoja na zile zaituni, mle ndani nilitia pia sarafu elfu moja za dhahabu ambazo sasa hazimo. Labda ulizihitaji ukazifanyia biashara. Kama ni hivyo, si kitu baki nazo mpaka utakapojaliwa kunirudishia. Lakini niambie ukweli niondokwe na wasiwasi. Nipe tu stakabadhi kuthibitisha kuwa umezichukua na utanirudishia utakapojaaliwa."

Yule mfanyabiashara aliyejua kuwa Ali Khoja atakuja na malalamiko kama hayo, alijitayarisha kwa majibu atakayompa, akamwambia, "Rafiki Ali Khoja, ulipokuja na gudulia lako mimi nililigusa? Je, sikukupa ufunguo wa ghala yangu halafu wewe mwenyewe ukalichukua na kuliweka ulipopenda na ulipolikuta uliporudi? Na kama ulitia dhahabu, basi bila shaka zimo. Nijuavyo, wewe uliniambia kuwa mna zaituni nami niliamini. Hayo ndiyo ninayoyajua kuhusu gudulia lako na vilivyokuwamo ndani yake. Amini au usiamini, mimi sikuligusa."

Ali Khoja alitumia kila njia ya kirafiki na upole alioweza kupata mali yake, akimwambia mfanyabiashara, "Mimi ni mtu nipendaye amani. Sipendi tugombane. Litakuwa jambo la kusikitisha na aibu tukipelekana kwenye sheria. Kwa hiyo, kwa mara nyingine tena, nakwambia unirudishie zile sarafu zangu. Usipofanya hivyo, itanibidi nikuchukulie hatua ya kisheria."

"Ali Khoja," alijibu yule mfanyabiashara, "nakubali uliniachia gudulia la zaituni, na umeshalichukua. Sasa unarudi na kunidai sarafu elfu moja za dhahabu. Je, uliniambia kuwa guduliani mwako mna idadi hizo za sarafu? Licha ya dhahabu, hukunionyesha hata hizo zaituni zenyewe! Ni ajabu kuwa hudai almasi na lulu badala ya dhahabu! Nenda zako acha kuzusha zogo hapa mbele ya biashara yangu."

Wakati huo idadi kubwa ya watu ilijikusanya ikiwasikiliza jinsi walivyokuwa wakipigizana kelele. Kelele zao hazikuwavutia tu wapita njia, bali hata majirani na wafanyabiashara wengine walitoka madukani mwao kuja kujaribu kuwapatanisha.

Waliposikia malalamiko ya Ali Khoja, walimuuliza mfanyabiashara mwenzao kama yale madai ya Ali Khoja ni ya kweli. Yule mfanyabiashara alikubali kuwa alimwekea Ali Khoja gudulia katika ghala yake, lakini alikana kabisa kuwa aliligusa akiapa kuwa, ajuavyo ndani ya gudulia mlikuwa na zaituni tu kama alivyoambiwa na Ali Khoja mwenyewe. Hapo akawataka washuhudie jinsi Ali Khoja anavyomvunjia heshima na kumtukana hadharani.

"Aibu unajitakia mwenyewe," alisema Ali Khoja kwa hasira. "Kwa kuwa sasa unataka kunidhulumu, sina budi kukufikisha mbele ya sheria ya Mwenyezi Mungu tuone kama utayasema haya unayoyasema sasa."

Yule mfanyabiashara hakuweza kupinga kufikishwa mbele ya sheria inayomkabili kila Mwislamu.

"Nakubali kwa moyo wangu wote kufikishwa mbele ya Kadhi," alisema yule mfanyabiashara. "Tutaona kati yetu ni nani mwenyewe kosa na ni nani mwenye haki."

Ali Khoja alimfikisha mfanyabiashara kwa Kadhi alikomshtaki akidai kuwa mshtakiwa amevunja uaminifu wake, akamwibia sarafu elfu moja za dhahabu alizomwachia. Kadhi alimuuliza kama ana shahidi yoyote. Ali Khoja alijibu kuwa hakuwa na shahidi na kwamba alimwamini kwa kuwa alidhani ni rafiki mwema mwaminifu.

Yule mfanyabiashara naye alijitetea kama alivyojitetea awali mbele ya wafanyabiashara wenzake, akisema yuko tayari kuapa kuwa hakuziona hizo sarafu zinazodaiwa ameziiba, na kwamba hakujua mle guduliani mlikuwa na idadi hiyo ya sarafu. Kadhi alimwapisha, halafu akaifuta kesi kwa kukosekana shahidi.

Ali Khoja, akiwa na hasira za kupoteza mali yake ile, alipinga na kulalamika dhidi ya ile hukumu ya Kadhi akisema atakata rufaa kwa Khalifa mwenyewe ambaye ana hakika atatoa hukumu ya haki.

Wakati yule mfanyabiashara akirudi kwake huku amejaa furaha ya kumshinda Ali Khoja na kumiliki zile sarafu, mwenzake alitayarisha hati ya rufaa. Siku ya pili, akimsubiri atoke msikitini, Ali Khoja alimngojea Khalifa mahali apitapo kila akienda au akitoka msikitini. Khalifa aliposhuka msikitini, Ali Khoja alinyoosha mkono, akamkabidhi ile hati yake ya rufaa mkuu maalumu wa kazi hiyo anayeongozana na Khalifa. Yule mkuu aliichukua ili rufaa akamkabidhi Khalifa mara tu aliporejea kwenye kasri lake.

Kwa kuwa Ali Khoja alijua kuwa ni desturi ya Khalifa kusoma rufaa za raia wake mara tu anaporejea katika kasri lake, alikwenda moja kwa moja mpaka mahakamani, akimsubiri yule mkuu aliyemkabidhi ile hati. Alipotoka nje, alimwarifu Ali Khoja kuwa Khalifa ataisikiliza kesi yake kesho asubuhi. Kwa hiyo, yule mkuu alimuuliza Ali Khoja mahali anapoishi yule mshtakiwa mfanyabiashara, akatuma mtu aende akamwarifu kuwa kesho asubuhi anatakiwa afike mahakamani kwa Khalifa.

Jioni ile, Khalifa, akiongozana na waziri Ja'afar na towashi Masrur, kama kawaida yao, walijibadili nguo, wakaenda mjini kusikiliza yasemwayo na raia wake. Wakati walipokuwa wakipita mtaa mmoja, Khalifa alisikia sauti zikitoka katika ua fulani, akachungulia, akaona watoto kumi au kumi na wawili hivi, wakicheza kwenye mwangaza wa mbalamwezi. Khalifa aliyekuwa mdadisi wa kutaka kujua wale watoto wanacheza mchezo gani, alikaa kwenye jiwe lililokuwa nje karibu yao, akamsikia mmoja wao akisema, "Jamani, tucheze mchezo wa mahakama na mimi nitakuwa hakimu! Mleteni mbele yangu Ali Khoja na yule mfanyabiashara anayesemekana amemwibia sarafu elfu moja za dhahabu."

Kauli hii ya mtoto ilimkumbusha Khalifa rufaa ya Ali Khoja aliyoletewa siku ile. Akawa makini zaidi kusikiliza jinsi kesi hiyo itakavyoendeshwa na wale watoto.

Kwa kuwa kesi ya Ali Khoja na yule mfanyabiashara ilivuma sana jijini Baghdad, iliwafikia hata wale watoto waliofurahi kuucheza ule mchezo, kila mmoja wao akichukua nafasi fulani.

Basi yule mtoto aliyechukua nafasi ya hakimu alipokaa, mwingine aliyejifanya mkuu wa mahakama, akawafikisha mbele ya hakimu, watoto wawili, mmoja akijifanya Ali Khoja na wa pili akichukua nafasi ya yule mfanyabiashara mshtakiwa.

Yule mtoto hakimu alimwambia mtoto aliyejifanya Ali Khoja atoe mashtaka yake dhidi ya mshtakiwa. Mtoto Ali Khoja, baada ya kuinamisha kichwa chake mbele ya mtoto hakimu, alimweleza kesi yake kama vile ilivyoelezwa mahakamani na Ali Khoja wa kweli, akaomba haki itendeke, mshtakiwa amrudishie sarafu zake elfu za dhahabu ambazo ni nyingi.

Mtoto hakimu alimgeukia mfanyabiashara mshtakiwa, akamuuliza kwa nini hakumrudishia Ali Khoja fedha zake anazodai.

Mtoto mshtakiwa naye alitoa sababu kama zile alizotoa mfanyabiashara wa kweli akisema kuwa anayoyasema ni ya kweli kabisa na yuko tayari kuapa.

"Usikimbilie kuapa," alijibu yule mtoto hakimu. "Kabla hujaapa, kwanza nataka kuona hilo gudulia la zaituni. Ali Khoja," aliita yule mtoto hakimu, "umelileta hilo gudulia?"

"La," alijibu mtoto mshtaki.

"Basi, nenda haraka ukalilete," aliamrisha yule mtoto hakimu.

Yule mtoto aliyejifanya Ali Khoja aliondoka upesi na baada ya muda, alirudi, akajifanya analiweka gudulia mbele ya hakimu, akimhakikishia kuwa hilo ndilo gudulia lake lilelile alilomwachia mshatakiwa na ndilo alilolipata aliporudi.

Ili pasitokee mushikeli wowote, yule mtoto hakimu alimuuliza mshtakiwa kama lile ndilo gudulia lenyewe. Kwa kuwa mshtakiwa hakukana, hakimu alichukulia kuwa amelikubali. Hapo akaamrisha gudulia lifunguliwe. Yule aliyejifanya Ali Khoja alijifanya analifungua na mtoto hakimu akajifanya analichungulia, halafu akatamka, "Hakika ni zaituni nzuri sana. Hebu nizionje." Akajifanya anazionja, halafu akatamka, "Ni nzuri sana! Lakini," aliendelea, "sidhani zaituni, baada ya miaka saba, zinaweza kukaa zikawa nzuri hivi. Kwa hiyo, kawaleteni wafanyabiashara wa zaituni, nisikie maoni yao watasema nini."

Mara ileile watoto wawili, waliojifanya ni wataalamu wa zaituni, walijitokeza.

"Je, nyinyi ni wataalamu na wafanyabiashara wa zaituni?" aliuliza yule mtoto hakimu. Walipoitikia ndiyo, akawaambia, "Hebu niambieni, ni muda gani zaituni zinaweza kukaa bila kuharibika."

"Seyyid yetu," walijibu wale watoto wawili waliojifanya wafanyabiashara wa zaituni, "hata zikitunzwa vipi, baada ya miaka mitatu, zaituni zitaharibika. Baada ya hapo hazitakuwa na ladha wala rangi."

"Kama ni hivyo," alisema mtoto hakimu, "hebu tazameni zituni zilizomo ndani ya hili gudulia mniambie ni lini, mnafikiri, zimetiwa humo."

Wale watoto wawili waliojifanya wafanyabiashara wa zaituni, wakajifanya wanazichunguza na kuzionja, halafu wakamwambia mtoto hakimu kuwa ni mpya kabisa na ni safi.

"Mmekosea," alisema mtoto hakimu. "Ali Khoja anadai amezitia humo miaka saba iliyopita."

"Bwana hakimu," walijibu wale watoto waliojifanya wafanyabiashara ya zaituni, "tunakuhakikishia kuwa zaituni hizi ni mpya zilizovunwa mwaka huu. Na tunakuhakikishia pia kuwa hakuna mfanyabiashara yeyote wa zaituni jijini Baghdad ambaye hataafiki haya tunayoyasema."

Mtoto aliyejifanya mfanyabiashara mshtakiwa alitaka kupinga kauli ya wale wafanyabiashara wa zaituni, lakini mtoto hakimu alimkatiza kwa kumfokea, "Nyamaza mdanganyifu mkubwa we! Wewe ni mwizi uliyetaka kumdhulumu mshtaki. Hukumu yako ni kifo kwa kunyongwa!"

Wale watoto walimaliza kuigiza ule mchezo wao huku wakipiga makofi kwa furaha. Wakamshika mtoto mshtakiwa, wakaenda wakajifanya wanamnyonga!

Hakuna maneno yanayoweza kueleza jinsi Khalifa Harun al-Rashid alivyopendezwa na vile wale watoto walivyoiendesha kwa haki ile kesi ambayo, yeye mwenyewe, ataisikiliza kesho. Alinyanyuka kutoka pale alipokaa, akamwambia waziri Ja´afar, ambaye naye alikuwa akisikiliza kwa makini jinsi ile kesi ilivyokuwa ikiendeshwa na wale watoto, kwa maoni yake, anaonaje vile ile kesi ilivyoendeshwa na yule mtoto.

"Hakika, Amiri wa Waumini," alijibu waziri Ja´afar, "nimeshangazwa na werevu na hekima ya yule mtoto hakimu."

"Unajua," alisema Khalifa, "kuwa kesho nitaihukumju kesi hiyo? Ali Khoja wa kweli, baada ya kushindwa katika mahakama ya kadhi, amekata rufaa na imefikishwa kwangu. Unafikiri," aliendelea Khalifa, "ninaweza kutoa hukumu bora kuliko ile aliyoitoa yule mtoto?"

"Sidhani, Seyyid yangu," alijibu waziri Ja´afar, "kama kesi yenyewe ni sawa kabisa na ile iliyoendeshwa na wale watoto."

"Basi iangalie vizuri nyumba hii," alitamka Khalifa, "na kesho uniletee yule mtoto hakimu ili aiendeshe - mbele yangu - ile kesi. Mlete vilevile yule Kadhi aliyemwachia mshtakiwa aje ajifunze jinsi wajibu wake unavyoendeshwa vizuri na mtoto. Hakikisha pia kuwa Ali Khoja analileta gudulia lake la zaituni, na uwalete pia wafanyabiashara wawili wa zaituni."

Alipotamka maneno hayo, Khalifa aliendelea na safari yake ya kutembeatembea mitaani usiku bila kuona wala kusikia lolote la kumvutia.

Siku ya pili waziri Ja´afar alikwenda kule nyumbani ambako jana usiku Khalifa alishuhudia wale watoto wakiiendesha ile kesi ya Ali Khoja na mfanyabiashara. Alipobisha mlango, akauliza mwenye nyumba akajibiwa kuwa hayuko amesafiri. Lakini mke wake alitokea huku amejifunika ushungi. Akamuuliza kama ana watoto wowote. Yule mke wa mwenye nyumba alimjibu kuwa ana watoto, halafu akawaita.

"Watoto," aliuliza waziri, "ni nani kati yetu alikuwa hakimu wakati mlipokuwa mkicheza ule mchezo wa kesi jana usiku?" Mkubwa akajibu kuwa ni yeye, lakini kwa kutojua sababu ya kuulizwa vile, alibadilika rangi ya uso.

"Njoo nami, mwanangu," alisema waziri Ja´afar. "Khalifa wa Waumini anataka kukuona."

Mama wa yule mtoto aliposikia vile, alishtuka, akawa na wasiwasi alipojua kuwa waziri Ja´afar anataka kumchukua mwanawe na kumpeleka kwa Khalifa. Akauliza sababu ya mwanawe kupelekwa huko. Waziri Ja´afar alimtuliza kwa kumhakikishia kuwa atamrudisha baada ya muda mfupi, na ataambiwa na mwanawe wakati atakaporudi. "Kama ni hivyo, Seyyid yangu," alisema yule mama, "nipe muda mfupi kwanza nimvishe lebasi nzuri inayostahili kuvaliwa mbele ya Amiri wa Waumini." Waziri alikubali.

Mara tu mtoto alipovishwa nguo nzuri, waziri alimchukua, akamfikisha kwa Khalifa wakati uleule Ali Khoja na yule mfanyabiashara walipoambiwa wafike.

Khalifa alipomwona yule mtoto anaogopa, kwa kumtia moyo, alimwita, "Usiogope, njoo hapa, mwanangu, uniambie kama ni wewe ndiye uliyeiendesha jana usiku ile kesi baina ya mshtaki Ali Khoja na mshtakiwa mfanyabiashara anayedaiwa kuwa amemwibia mshtaki sarafu elfu moja za dhahabu, kwani nilikuona ukikata hukumu na nilifurahishwa sana na jinsi uliyoiendesha ile kesi."

Kwa heshima na unyenyekevu, yule mtoto aliitika ndiyo.

"Basi, mwanangu," alisema Khalifa, "njoo hapa uketi karibu

yangu. Sasa utawaona wahusika wa kweli, Ali Khoja wa kweli na mshtakiwa wa kweli."

Khalifa alimshika mkono yule mtoto, akamkalisha karibu yake kwenye kiti chake cha enzi, halafu akawaita wote: mshtaki na mshtakiwa. Walipofikishwa mbele yake, wote walijitupa mbele ya kiti cha enzi huku wameinamisha vichwa vyao mpaka kwenye busati lililotandikwa pale. Khalifa akawaambia, "Kila mmoja wenu atoe malalamiko yake mbele ya huyu mtoto ambaye atawasikiliza kwa makini na kutoa hukumu. Kama akishindwa kuiendesha hii kesi, nitamsaidia."

Ali Khoja na yule mfanyabiashara, kila mmoja wao, alitoa maelezo yake kama awali. Lakini mfanyabiashara alipotaka kuapa, yule mtoto akaingilia kati akasema, "Ni mapema kuapa. Ni muhimu kwanza kuliona hilo gudulia la zaituni."

Mtoto Akiendesha Kesi Mbele ya Khalifa

Kwa kauli hii, Ali Khoja alilileta lile gudulia mbele, akaliweka miguuni pa Khalifa, akalifungua. Baada ya wachuuzi wa zaituni kuitwa na kuzikagua, na kutamka kuwa ni nzuri na mpya za mwaka ule, yule mtoto aliwaambia kuwa Ali Khoja anahakikisha kuwa aliziweka humo miaka saba iliyopita. Lakini walisema kama walivyosema wale watoto jana usiku.

Mshtakiwa aliposikia kauli ya wale wachuuzi wa zaituni, alitaka kujitetea, lakini yule mtoto, badala ya kumhukumu kifo kama alivyofanya jana usiku, alimgeukia Khalifa, akamwambia, "Khalifa wa Waumini, hili la leo si la mchezo. Si mimi bali ni wajibu wako wewe, Seyyid yangu, kumhukumu mshtakiwa."

Khalifa aliyeridhika na jinsi ile kesi ilivyoendeshwa na yule mtoto, na uhalifu wa mshtakiwa, alitoa amri kwa waziri wa sheria amhukumu mshtakiwa kwa kufuata sheria ya nchi.

Baada ya kukiri kosa lake na kusema alikoficha zile sarafu elfu moja za dhahabu na kukabidhiwa mwenyewe Ali Khoja, mshtakiwa alihukumiwa kifo. Halafu Khalifa alimgeukia Kadhi wake akamwambia ajifunze kutoka kwa yule mtoto jinsi ya kuendesha na kuhukumu kesi kwa haki. Mwisho, Khalifa alimgeukia yule mtoto, akamkumbatia, akamrudisha kwao huku ametunukiwa dinari elfu moja za dhahabu kama ujira wake kwa ile kazi yake nzuri aliyoifanya. Toka siku ile yule mtoto akawa ni kipenzi cha Khalifa Harun al-Rashid akimwahidi kuwa, akiwa mkubwa na akitaka kuwa hakimu, atamwajiri awe Kadhi!

Malaika Mtoa Roho, Wafalme Wawili na Mtawa

Imesimuliwa kuwa hapo kale mmoja wa wafalme wakuu wenye nguvu wa enzi hizo za kale, mbele ya umati mkubwa wa raia wake, alitaka kuonyesha fahari, nguvu na utajiri mkubwa aliokuwa nao. Siku moja aliwaalika marafiki na waungwana wa jiji lake wahudhurie tamasha kubwa aliloliandaa siku hiyo. Kila kitu kilipotayarishwa, aliwaambia wafanyakazi wake wamletee lebasi yake nzuri na ghali ambayo mfano wake bado haujaonekana, wamtayarishie na farasi wake mzuri aliyepambwa kwa johari. Alipojitayarisha kwa kila hali na mali isiyo na kifani, yule mfalme alipanda farasi wake huku akinawiri kwa dhahabu, lulu na vito vingine vingi alivyojipamba navyo, akatoka katika kasri lake, akajitokeza kwa fahari mbele ya umati mkubwa uliomshuhudia na kumhusudu. Kwa kiburi na majivuno, akarandaranda huku na huko akifikiri: je, ni nani katika ulimwengu huu awezaye kulinganishwa nami?

Wakati akijivuna hivyo, ghafla, bila kuonekana na mtu, alitokea bwana mmoja aliyevaa nguo kuukuu, akamsogelea mfalme, akamwamkia. Mfalme aliyeona jinsi hali yake ilivyo, hakumwitikia bali alimpuuza na kumdharau. Yule mtu alishika hatamu ya yule farasi akamsimamisha. Mfalme kuona vile, akamfokea, "Ondoa mikono yako michafu! Hujui umemkabili nani na umemgusa farasi wa nani?"

"Nina jambo muhimu sana nataka kukwambia," alitamka yule mtu kwa sauti ya chini.

"Ngoja nishuke ndipo uniambie hilo jambo muhimu unalotaka kuniambia," alisema mfalme.

"Siwezi kusubiri mpaka ushuke," alitamka yule mtu huku bado amemshikilia imara yule farasi, "kwani kazi yangu si ya kusubirisubiri."

"Sema basi hilo muhimu unalotaka kuniambia!" alisema mfalme.

"Ni siri!"

Ili kumridhisha yule mtu aondoke, mfalme aliinamisha kichwa chake chini kumsikiliza. Yule mtu alimsogelea, akamnong'oneza sikioni, "Mimi ni malaika mchukua roho za watu nimekuja kuichokua roho yako."

Mfalme kusikia vile, akaanza kutetemeka na kulia akimwambia yule malaika, "Tafadhali ngoja kidogo kwanza niende kwangu nikamuage mke wangu na wanangu."

"Haiwezekani," alijibu yule malaika. "Hao hutawaona tena maisha yako yameishia hapa. Ni lazima niichukue roho yako *sasa hivi!*"

Alipotamka maneno hayo, yule mfalme alianguka kutoka juu ya farasi, akakata roho palepale na yule malaika akatoweka.

Kutoka hapo yule malaika alimwendea mtawa mmoja mwema, akamwambia, "Ewe mtawa, nina siri nataka kukwambia."

"Ninong´oneze sikioni," alijibu yule mtawa.

"Mimi ni malaika mchukua roho za watu."

"O, karibu sana!" alijibu yule mtawa kwa furaha. "Shukrani nyingi kwa Mwenyezi Mungu aliyekutuma kuja kwangu leo! Kwa muda mrefu sana nimekuwa nikikusubiri kwa hamu. Kama una kazi nyingine yoyote unayotaka kwenda kuitekeleza kwanza, kaifanye."

"Mimi sijui kazi nyingine yoyote isipokuwa hiyo tu nimtekelezayo Mwenyezi Mungu," alisema yule malaika akiendelea, "je, unataka niichukue roho yako vipi? Mwenyezi Mungu ameniambia nikuulize kwanza uchague upendavyo."

"Kama ni hivyo," alisema yule mtawa, "basi ngoja kwanza nikatawadhe halafu niswali. Niue wakati ninaposujudu."

Basi, yule mtawa alitawadha, akaanza kuswali. Aliposujudu, yule malaika aliichukua roho yake, akaipeleka kule ziliko roho za waliotenda mema duniani.

    * * *

Imesimuliwa pia kuwa mfalme mmoja alikuwa na tabia ya kukusanya na kujirundikia fedha na utajiri mkubwa kuliko mtu mwingine yeyote duniani ili umridhishe, umfurahishe na umstareheshe. Kwa utajiri wake huo, alijijengea kasri moja kubwa ajabu ambalo mfano wake bado haujaonekana. Lilikuwa na milango miwili mikubwa iliyolindwa usiku na mchana na walinzi, askari na mabawabu wengi.

Siku moja, alimwamrisha mpishi wake atayarishe chakula kizuri ajabu kwa sababu aliwaalika marafiki zake wote, jamaa zake na wafanyakazi wake wote wa serikalini.

Wakati alipoketi kwenye kiti chake cha enzi yeye na wageni wake wakiwa tayari kula, huku yeye mwenyewe kaegemea kwa majivuno mito mikubwa minene iliyonakshiwa kwa nyuzi za zari, alipumua kwa maridhawa akaanza kujigamba kichinichini, "Hakika nimejipatia kila tunu na fahari katika ulimwengu huu! Lililobaki sasa ni kuutumia kwa fahari na kujivunia utajiri wangu na kuyafurahia maisha kwa raha mustarehe!"

Wakati akiwa katika mawazo yake hayo, mara mtu mmoja mwenye nguo zilizochanikachanika, aliyetundika gunia shingoni mwake, aliligonga kwa nguvu ya ajabu, moja ya ile milango miwili ya kasri lake mpaka kuta zikatetemeka na kiti cha enzi cha yule mfalme nusura kianguke! Kugonga huko kuliwashtua wote waliokuwamo mle ndani. Walinzi, askari na wale mabawabu walishtuka, wakakimbilia kule mlangoni, wakauliza kwa hasira, "Ni nani huyo asiyekuwa na adabu anayethubutu kuubisha hivyo mlango?"

Walipoufungua wakamwambia yule mtu, "Kama una jambo muhimu, ngoja mpaka mfalme atakapokula. Na kama una njaa ngoja mpaka mlango utakapofunguliwa, utapewa makombo!"

"Mwambieni bwana wenu," alitamka yule mtu, "aje hapa kwangu haraka! Nina jambo muhimu la kumwambia."

"Ni nani wewe," walimfokea tena, "unayethubutu kumwamrisha mfalme aje kwako!"

"Nyinyi nendeni mkamwambie yale niliyowaambia," aliwajibu yule mtu.

Wale walinzi waliondoka, wakamwendea mfalme, wakamwambia yale waliyoambiwa na yule mtu.

"Kwa nini msimfukuze?" aliuliza mfalme kwa hasira.

Wakati mfalme akifoka hivyo, ule mlango uligongwa tena kwa nguvu zaidi kuliko awali! Walinzi na askari walikimbilia mlangoni tena huku wameshika silaha tofauti kwenda kumpiga yule mgonga mlango.

Alipowaona wakimjia vile wanguwangu, aliwapigia kelele, "Simameni hapo mlipo! Msithubutu kunisogelea, mimi ni malaika mtoa roho!"

Lo, wale walinzi waliposikia vile, mioyo ilitetemeka kwa hofu, wakashindwa hata kuondoka pale waliposimama! Mfalme aliposikia yule ni nani, alimwendea, akaanza kumsihi, "Tafadhali, chukua roho ya mtu mwingine badala yangu!" Lakini yule malaika alimjibu, "Mimi nimekuja hapa, si kwa ajili ya kuchukua roho ya mtu mwingine, bali nimekuja hapa kuchukua roho yako tu tena mbele ya ufahari na utajiri wako wote huu unaojivunia na unaowaonyesha uliowaalika!"

Mfalme aliposikia vile, alianza kulia na kupiga kelele, "Mwenyezi Mungu ailaani fedha na utajiri ulionifanya kipofu nikasahau kumwabudu Mwenyezi Mungu! Niliamini fedha na utajiri ndivyo vitu vitakavyonisaidia, lakini zimekuwa ni chanzo cha uharibifu na upotovu wangu mkubwa hapa duniani! Hivi sasa naondoka mikono mitupu nikiuacha utajiri wangu wote niliourundika ambao hautanisaidia bali wataufaidi wengine!"

Hapo Mwenyezi Mungu, kwa uwezo wake mkubwa, alizipa zile fedha zake uwezo wa kusema, zikamwambia yule mfalme, "Kwa nini unatulaani sisi hivyo? Jilaani wewe mwenyewe! Mwenyezi Mungu ametuumba sote kutoka katika vumbi. Sisi akatukabidhi kwako ili ututumie vizuri katika ulimwengu huu kwa kututoa sadaka kwa maskini na kwa wasio na uwezo ututumie kwa kujengea misikiti, madaraja kwa ajili ya matumizi ya umma, na kwa manufaa mengine ya maendeleo yawafaayo watu wote. Badala yake, wewe ulitufungia katika hazina yako ukatutumia tu kwa manufaa na kwa starehe zako wewe mwenyewe binafsi. Hukutambua thamani yetu hata kidogo! Hivyo basi, utatuacha papa hapa turithiwe na wengine wakati wewe ukiondoka mikono mitupu! Kwa hiyo, usitulaumu sisi jilaumu wewe mwenyewe!"

Fedha zilipomaliza kutamka maneno hayo, yule malaika alimtoa roho mfalme wakati bado ameketi pale kwenye kile kiti chake cha enzi.

*　*　*

Shahrazad alipomaliza kusimulia visa hivi vya kusisimua, Dunyazad akamwambia dada yake, ama kusema kweli, hivyo vilikuwa ni visa vya ajabu sana. Ndipo Shahrazad akasema kuwa yuko tayari kuwasimulia kisa kigeni cha ajabu kama Sultani atampa ruhusa kufanya hivyo. Bila kusitasita, Sultan Shahriyar aliyevutiwa sana na masimulizi yake, alimwambia aendelee. Ndipo Shahrazad akaanza kuwasimulia :

Kisa cha Djaudar na Kaka Zake

Hapo kale, alianza, paliondokea mfanyabiashara mmoja aliyeitwa Omar aliyekuwa na watoto watatu wa kiume: mkubwa aliitwa Salim wa pili aliitwa Saliim na wa tatu mdogo aliitwa Djaudar. Mfanyabiashara huyo, japokuwa aliwalea vizuri wanawe mpaka wakawa watu wazima, yeye alimpenda zaidi yule mdogo. Kwa hiyo, wale wakubwa walimwonea wivu mdogo wao na kumchukia.

Omar alipofikia umri wa utu uzima na alipoona wale wanawe wakubwa wanamchukia mdogo wao, aliogopa kuwa akifa huenda wakamtesa au kumdhuru. Basi, siku moja aliwaita jamaa zake pamoja na wazee wasomi na wataalamu wa mirathi kutoka katika mahakama ya kadhi, akawaambia, "Leteni hapa mali yangu na fedha zangu zote."

Walipomletea, Omar akawaambia, "Rafiki zangu, igaweni mali yangu hii katika mafungu manne sawasawa kufuatana na sheria."

Walipoigawa, kila mmoja wa wale watoto wake watatu alimkabidhi fungu moja na yeye mwenyewe akajibakishia lile fungu la nne akisema, "Hiyo ndiyo ilikuwa mali yangu yote na nimewagawia wanangu sawasawa wakati nikiwa hai ili nikifa pasitokee matatizo ya aina yoyote kati yao. Fungu hili la nne la mwisho nililojiwekea kando mimi mwenyewe, ni la mke wangu, mama wa watoto hawa watatu ili, na yeye mwenyewe awe na kitu cha kuendeshea maisha yake bila kumtegemea mtu yeyote."

Baada ya muda si mrefu, Omar alifariki na wale vijana wawili wakubwa, kwa kuwa hawakuridhika na ule urithi wao baada ya muda, walidai sehemu fulani ya mdogo wao Djaudar, wakimwambia, "Sehemu kubwa ya utajiri wa marehemu baba yetu umeuchukua wewe kwa sababu alikupendelea."

Djaudar alilifikisha tatizo lile mahakamani kwa kadhi na mbele ya wale wazee wa kiislamu walioshuhudia wakati ile mali ilipokuwa ikigawanywa sawasawa na marehemu baba yao. Lakini hakimu aliifuta ile kesi kwa sababu ya ushahidi uliotolewa na wale wazee waliokuwa haadhiri wakati marehemu baba yao alipowagawia mali yake. Lakini kwa sababu ya ugomvi wa kupelekana mahakamani mara kwa mara, Djaudar alipoteza sehemu kubwa ya urithi wake kama walivyopoteza wale kaka zake. Hata hivyo, baada ya muda si mrefu, wale kaka zake ambao hawakuridhika na hukumu, waliyafikisha tena mashtaka yao kwa kadhi mwingine. Matokeo ni kwamba wote watatu walipoteza urithi wao mikononi mwa makadhi na mahakimu.

Kwa kuwa walidhamiria kumwangamiza mdogo wao Djaudar, kaka zake waliendelea na madai yao kutoka mahakama moja hadi mahakama nyingine mpaka mwisho wote watatu wakafilisika kabisa wakawa hohe hahe hawana chochote.

Walipoishiwa kabisa, wale kaka wawili walimwendea mama yao, wakamnyang´anya ile mali aliyoirithi kutoka kwa marehemu baba yao, wakampiga, wakamfukuzia mbali mle nyumbani. Akiwa katika hali mbaya, mama yao alimwendea Djaudar, akamweleza yote aliyotendewa na kaka zake huku akiwalaani.

"Usiwalaani, mama," alijibu Djaudar. "Waache, Insha-Allah, Mwenyezi Mungu atawahukumu kwa vitendo vyao hivyo vibaya. Sasa sote tumefilisika kabisa na tumekuwa fakiri wa mwisho. Kwa kushtakiana na kupelekana mahakamani na kwa makadhi, tumepoteza urithi wetu wote tuliopewa na marehemu baba yetu mpaka mwisho tukaaibika mbele ya watu. Je, na sasa unataka niwashtaki tena kwa sababu ya kukunyang´anya na wewe ule urithi wako? La, tuwaache mama baki nami. Utakula chochote kile nitakachojaaliwa kula. Insha-Allah, Mwenyezi Mungu atatusaidia sote wawili. Kuhusu kaka zangu, mwachie Mwenyezi Mungu, yeye ndiye atakayewahukumu."

Djaudar aliendelea kumfariji mama yake na kumshawishi mpaka mwisho alifarijika akakubali kuishi naye.

Basi, Djaudar alinunua nyavu za kuvulia samaki na kila siku akawa anakwenda mtoni au kwenye ziwa jirani kuvua samaki. Ikawa siku moja hushika samaki wa Dirham kumi na siku nyingine hupata wa Dirham ishirini, na siku nyingine hujaaliwa kupata wa Dirham thelathini zilizomwezesha yeye na mama yake kuishi vizuri.

Wale kaka zake wawili walifuja ule urithi waliomnyang´anya mama yao, na baada ya muda si mrefu, wakawa katika hali mbaya sana ya ufukara hata wakashindwa kujipatia chochote cha kula. Wakiwa katika hali mbaya na uchi, mara kwa mara walimwendea mama yao na kumwomba chakula. Kwa kuwa alikuwa na huruma – kwani mama ni mama tu! – aliwalisha kwa makombo na chochote kilichobakia, akiwahimiza, "Kuleni upesi mwondoke kabla mdogo wenu Djaudar hajarejea. Akiwaona hapa, atanikasirikia na kunilaumu kwa kuwakaribisha."

Basi, wakawa na tabia ya kula haraka na kwenda zao. Siku moja, walakini, wakati wakila, mdogo wao Djaudar aliingia. Akibabaika na kuona aibu, mama yake aliinamisha kichwa chini akiogopa hasira za mwanawe. Lakini Djaudar alitabasamu, akawaambia, "Karibuni, kaka zangu! Mwenyezi Mungu aibariki siku hii aliyowaleta! Imekuwaje leo mmenifanyia heshima ya kunitembelea?"

Djaudar aliwakumbatia kaka zake kwa mapenzi akisema, "Sikutazamia hata kidogo kuwa mtatengana nami na mama yenu."

"Hakika, tulikuwa na hamu sana ya kuja kuwaona," walimjibu. "Lakini tulihisi vibaya kwa yale yaliyopita kati yetu na aibu ndiyo iliyotufanya tusije. Hiyo ilikuwa ni kazi ya shetani, Mwenyezi Mungu amlaani! Sisi, kusema kweli, hatuna mwingine isipokuwa wewe na mama yetu tu."

"Na mimi sina mwingine isipokuwa nyinyi kaka zangu wawili," alijibu Djaudar.

"Mwenyezi Mungu akubariki, mwanangu," alitamka mama yao kwa kuona kuwa Djaudar kawakaribisha vizuri kaka zake, akiongeza, "na akupe kila la heri. Wewe ni mtu mkarimu kwa sisi sote!"

"Karibuni, ndugu zangu na bakini humu nyumbani," Djaudar aliwaambia. "Mwenyezi Mungu ndiye mtoa riziki. Humu nyumbani mna chakula cha kututosha sisi sote."

Hivyo ndivyo, Djaudar alivyoleta amani kati yake na kaka zake. Basi wao walikula vizuri usiku ule wakabaki mle nyumbani.

Asubuhi ya pili, baada ya kifunguakinywa, Djaudar alichukua nyavu zake, akaenda zake kazini akimwamini Mungu, kwani Mwamini Mungu si mtovu. Kaka zake nao vilevile walitoka, wakaenda zao mjini. Walirudi mchana kwa mama yao kula chakula cha mchana. Djaudar alirudi jioni akibeba nyama, mikate na mboga. Waliweza kuishi hivi kwa muda wa mwezi mmoja, Djaudar akiwalipia kaka zake masurufu yao ya kila siku kwa kwenda kuvua samaki kila siku na kaka zake wakila na kujifurahisha bila kufanya lolote.

Ilitokea kuwa siku moja Djaudar alikwenda mtoni, akatupa nyavu zake majini, akazivuta zikawa tupu. Alizitupa mara ya pili, akazivuta zikawa tupu tena.

"Hamna samaki sehemu hii," alijiambia, akaenda mahali pengine. Huko nako alizitupa nyavu zake lakini hakuvua chochote. Kwa njia hiyo, toka asubuhi mpaka jioni akawa anabadili mahali hata mahali bila kuvua hata dagaa mmoja.

"Hili ni jambo geni kabisa!" alijiambia kwa mshangao. "Hamna tena samaki humu ziwani? Au kuna sababu nyingine maalumu?"

Akiwa na moyo mzito na uchovu mwingi, jioni Djaudar alichukua nyavu zake, akaelekea nyumbani, akiwa na wasiwasi juu ya mama yake na kaka zake, kwani hakujua la kuwalisha siku ile. Wakati akielekea nyumbani, alifika kwenye mwoka mikate, akaona jinsi watu walivyojaa wakinunua mikate motomoto huku wameshikilia fedha mikononi. Alisimama, akawatazama, akaguna kwa masikitiko.

"Karibu, Djaudar!" alisema yule mwoka mikate. "Je, unataka mkate wa aina yoyote?"

Djaudar hakumjibu bali alikaa kimya tu.

"Kama huna fedha," alisema yule mwoka mikate, "usijali, chukua mikate unayohitaji. Insha-Allah utanilipa siku nyingine utakapojaaliwa kupata fedha!"

"Basi nipe mikate ya kugharimu sarafu kumi," alisema Djaudar.

Yule mwoka mikate alimpa mikate kumi na sarafu nyingine kumi, akamwambia, "Kesho unaweza kuniletea samaki wa kugharimu sarafu ishirini."

Djaudar alimshukuru yule mwoka mikate, akaichukua ile mikate na zile sarafu, akanunulia nyama na mboga akijiambia, "Insha-Allah kesho mambo yatakuwa mazuri."

Mama yake alipika chakula na Djaudar alikula chakula chake cha jioni, akaenda zake kulala. Asubuhi ya pili alipoamka kama kawaida yake alichukua nyavu zake akatoka.

"Kaa unywe chai, mwanangu," alitamka mama yake.

"Kunyweni nyinyi," alimjibu.

Djaudar alikwenda zake mtoni, akazitupa nyavu zake majini mara huku mara kule mpaka adhuhuri bila kuvua chochote. Jioni, akibeba nyavu zake, aliondoka, akaenda zake. Yule mwoka mikate alimwona wakati akipita, akamwita tena, akampa tena mikate na sarafu kumi kama siku ile iliyotangulia.

"Chukua na nenda zako," alimwambia. "Kama hukuwa na bahati leo, Insha-Allah kesho utakuwa na bahati."

Djaudar alimshukuru na kumwomba radhi kwa usumbufu. Lakini yule mwoka mikate hakutaka kumsikiliza akimwambia, "Huna haja ya kuniomba radhi. Nilipokuona mikono mitupu, nilijua hukuvua chochote. Kama kesho hutakuwa na bahati, njoo tena uchukue mikate usione haya. Nitakupa wakati wa kutosha wa kunilipa."

Kwa muda wa siku tatu Djaudar alitoka ziwa moja hadi jingine bila mafanikio. Lakini jioni ilipoingia hakuwa na chochote cha kumlipa mwoka mikate. Ikambidi akubali tena kupokea mikate na zile sarafu kumi kutoka kwa yule mwoka mikate. Bahati mbaya hii ilimwandama kwa muda wa juma zima. Mwisho akasema, "Leo nitakwenda kwenye Ziwa Karoon lililoko mbali."

Djaudar Akienda Ziwa Karoon

Basi alisafiri mpaka Ziwa Karoon. Alikuwa tayari kuzitupa nyavu zake ziwani wakati alipotokewa na *Mmaghribina* mmoja aliyevaa joho zuri na aliyepanda farasi. Farasi mwenyewe alipambwa vizuri na ubavuni pake alikuwa ametundikwa mfuko mkubwa ulionakshiwa kwa nyuzi za dhahabu.

"Assalam aleykum, Djaudar bin Omar," aliamkia yule Mmaghribina, huku akimshuka farasi wake.

"Aleykum Salaam, msafiri," alijibu Djaudar.

"Djaudar," alisema yule Mmaghribina, "nahitaji msaada wako. Ukikubali kufanya nitakalokwambia, utafaidika sana na utakuwa rafiki yangu wa kuaminika wa milele."

"Vizuri, bwana," alijibu Djaudar. "Niambie la kufanya nami nitalifanya kwa furaha mradi niwe nalimudu."

"Kwanza," alisema yule Mmaghribina, "soma *fatiha*, sura ya kwanza ya Qur´an Tukufu."

Djaudar alisoma naye, halafu yule mgeni alitoa kamba ya hariri mle mfukoni, akamkabidhi yule mvuvi, akamwambia, "Tafadhali ifunge imara mikono yangu nyuma ya mgongo wangu, halafu nitose ziwani ungoje kidogo. Ukiona nimenyanyua mikono yangu juu majini, tupa upesi nyavu zako unitoe mpaka ufukweni. Lakini ukiona nimetoa miguu juu, ujue kuwa nimekufa. Kwa hiyo, niache humo majini, mchukue farasi wangu pamoja na ule mfuko, uende nao sokoni mjini. Huko utamwona Myahudi anayeitwa Shamayah. Mkabidhi huyo farasi na huo mfuko, na yeye atakulipa dinari mia moja za dhahabu kama ujira wako. Zichukue uende zako. Lakini, tafadhali siri hii usimfunulie mtu yeyote."

Djaudar alimfunga vizuri yule Mmaghribina kwa ile kamba ya hariri, halafu, kama alivyotaka, akamsukuma mbele, akamtumbukiza mle ziwani. Baada ya muda, aliona miguu yake ikitokeza juu, akajua kuwa amekufa. Akiuacha ule mwili mle ziwani, Djaudar alimchukua yule farasi mpaka sokoni alikomkuta yule Myahudi ameketi mlango ni mwa duka lake.

Alipomwona yule farasi, yule Myahudi alitamka, "Bila shaka yule mtu ameangamia! Tamaa ndiyo iliyomwangamiza."

Alimchukua yule farasi, akampa Djaudar dinari mia za dhahabu akimkumbusha awe msiri wa yale yaliyotokea.

Djaudar alifanya haraka kwenda kwa yule mwoka mikate. Jambo la kwanza alilofanya ni kumshukuru kwa kumwamini kwake, akampa dinari moja, akamwambia akate deni lake na zilizobaki ampatie mikate kadiri itakavyotosha. Yule mwoka mikate alifanya hesabu, akamwambia, "Sasa, baada ya kukata lile deni lako, wewe ndiye unayenidai sarafu za kugharimu mikate ya siku mbili."

Kutoka hapo Djaudar alikwenda sokoni akanunua nyama na mboga, akarejea nyumbani huku amesheheni mzigo mzito. Alipowasili, aliwakuta kaka zake wakimuuliza mama yao chakula na yeye akiwajibu, "Sina chochote cha kuwapa muwe na subira mpaka mdogo wenu atakaporejea."

"Huu hapa chukueni," Djaudar aliwatupia mkate mkubwa. Wale kaka zake waliuvamia kiroho, wakanyang´anyana, wakala kama hayawani. Halafu Djaudar alimkabidhi mama yake zile fedha zilizobaki akimwambia, "Kama kaka zangu wakija kesho, wape fedha wakanunue chakula mle pamoja wakati mimi nikiwa kazini."

Asubuhi ya pili Djaudar alikwenda tena Ziwa Karoon, na alikuwa tayari kuzitupa tena nyavu zake majini, wakati alipotokewa tena na Mmaghribina mwingine aliyevalia kitajiri kuliko yule wa jana. Yeye alikuwa na farasi wawili, mmoja alimpanda na wa pili alimwongoza. Pia alikuwa na mfuko uliokuwa na visanduku vidogo viwili.

"Assalaam Alyekum, Djaudar!" aliamkia yule mtu.

"Aleykum Salaam, msafiri," alijibu yule mvuvi.

"Je, ulikutana hapa na Mmaghribina mmoja jana aliyempanda farasi kama mimi?" aliuliza.

Akiogopa huenda akamshtaki kwa kumuua majini yule mtu, Djaudar alikana akisema hakumwona. Lakini yule Mmaghribina alisema, "Maskini! Alikuwa ndugu yangu aliyenitangulia kuja hapa. Je, si wewe uliyemfunga kamba mikononi nyuma ya mgongo na kumtosa ziwani? Na hakukwambia, `kama ukiona mikono yangu imeibuka majini, nivue upesi unitoe, lakini miguu yangu ikitokea, utajua kuwa nimekufa?´ Ni miguu yake ndiyo iliyoibuka, ukamwacha majini, ukamchukua yule farasi wake, ukampelekea Myahudi aitwaye Shamayah aliyekupa dinari mia moja za dhahabu, ama sivyo?"

"Kama unajua hivyo," alisema Djaudar, "kwa nini unaniuliza?"

"Kwa sababu," alijibu yule Mmaghribina wa pili, "nataka unifanye kama vile ulivyomfanya ndugu yangu."

Hapo yule mtu alitoa kamba ya hariri kama ndugu yake wa jana, akamkabidhi yule mvuvi akimwambia, "Ifunge vizuri mikono yangu nyuma ya mgongo, halafu unitumbukize majini. Yakinipata kama yale yaliyompata ndugu yangu, mchukue farasi wangu mpelekee yule Myahudi na yeye atakupa dinari mia moja za dhahabu."

"Vizuri," alijibu Djaudar.

Alimfunga mikono, akamtosa ziwani na yule Mmaghribina akazama majini. Baada ya muda, miguu yake ikatokea juu.

"Amekufa pia!" alijiambia Djaudar. "Mwenyezi Mungu amrehemu na anyiletee Mmaghribina mwingine wa kumtosa majini kila siku, ili nipate dinari mia za dhahabu kila siku!

Djaudar alimchukua yule farasi mpaka sokoni.

"Wa pili naye amekufa!" alitamka yule Myahudi kwa mshangao mkubwa.

"Mwenyezi Mungu akupe *wewe* umri mrefu!" alisema yule mvuvi.

"Hayo ndiyo malipo alipwayo bahili," aliongeza yule Myahudi. Alimchukua yule farasi, akamkabidhi Djaudar dinari mia moja za dhahabu.

Djaudar alirudi nyumbani akamkabidhi mama yake zile fedha.

"Mwanangu," alisema yule mama, "unazipata wapi fedha hizi?"

Djaudar akamsimulia mama yake yote yaliyotokea.

"Usiende tena huko kwenye Ziwa Karoon," aliamrisha mama yake. "Nakuogopea, mwanangu, usije ukadhuriwa na hao Wamaghribina."

"Lakini mama," alijibu Djaudar, "mimi nawatosa majini kwa sababu wao wenyewe ndio wanaotaka mimi hufuata amri yao tu. Unataka niiache kazi hii inayonipatia kila siku dinari mia moja za dhahabu kwa kufanya kazi ndogo kama hiyo? Wallahi," aliapa Djaudar, "nitakwenda huko kila siku mpaka nitakapowatosa na kuwazamisha ziwani wote bila kumbakisha hata Mmaghribina mmoja!"

Siku ya pili alikwenda tena kule kwenye lile ziwa na mara Mmaghribina wa tatu alitokea aliyevalia vizuri zaidi kuliko wale wenzake wawili waliomtangulia huku amempanda farasi aliyening´inizwa mfuko mkubwa ubavuni pake na visanduku viwili.

"Assalaam aleykum, Djaudar bin Omar!" aliamkia yule mtu.

"Imekuwaje wote wanalijua jina langu?" alijiuliza Djaudar alipomwitikia.

"Kuna Wamaghribina waliopita hapa kwenye ziwa hili?" aliuliza yule mgeni.

"Ndiyo, wawili," alijibu Djaudar.

"Wamekwenda wapi?"

"Niliwafunga mikono nikawatosa ziwani," alijibu yule mvuvi. "Na wote wawili walikufa maji. Nami niko tayari kukufanyia hisani hiyohiyo."

"Mpumbavu!" alisema yule Mmaghribina huku akitabasamu. "Hujui kuwa maisha ya kila mmoja yana siku yake maalumu?"

Aliposhuka farasi wake, yule Mmaghribina alimkabidhi Djaudar kamba ya hariri, akamwambia, "Djaudar, unajua la kufanya. Nifunge kama vile ulivyowafunga wenzangu."

"Geuka nikufunge mikono nyuma," alisema mvuvi. "Wakati ni mfupi na nina haraka."

Djaudar alimtosa ziwani yule Mmaghribina, akasimama akisubiri miguu yake iibuke juu. Lakini, kwa mshangao mkubwa, mikono miwili ilijitokeza majini badala ya miguu, akamsikia yule Mmaghribina akimpigia kelele, "Djaudar, nitupie nyavu zako unitoe majini!"

Alimtupia zile nyavu, akamwona yule Mmaghribina, kila mkono, amemshikilia samaki mwekundu."

"Vifungue hivyo visanduku viwili," alitamka haraka yule Mmaghribina mara tu alipotoka majini na kunyanyuka.

Djaudar alivifungua vile visanduku viwili vilivyokuwa vikining'inia karibu na ule mfuko farasini na yule Mmaghribina, katika kila kisanduku, alimtia samaki mmoja, akavifunga imara. Halafu alimgeukia mvuvi Djaudar, akamshika shingoni, akamkumbatia huku akimbusu mashavu yote mawili akisema, "Mwenyezi Mungu akupe umri mrefu na akuepushe matatizo yoyote. Wallahi, kama si msaada wako, ningeangamia."

"Bwana," alisema Djaudar, "kwa jina la Mwenyezi Mungu, niambie kisa cha wale Wamaghribina wawili waliokufa maji, wale samaki wawili wekundu, na Myahudi Shamayah."

"Wale watu wawili waliokufa maji," alisema yule Mmaghribina, "walikuwa ndugu zangu. Mmoja aliitwa Abdul Salam na wa pili aliitwa Abdul Ahad. Mimi jina langu ni Abdul Samad na yule mtu unayemdhania ni Myahudi ni ndugu yangu wa nne na ni mwislamu hasa, mfuasi wa Maliki, na jina lake ni Abdul Rahim. Baba yetu, Abdul Wadud, alitufundisha sayansi ya mizungu, uchawi na sanaa ya kuweza kufungua hazina zilizofichika. Tulijifunza vizuri elimu hiyo mpaka tukaihitimu vizuri. Mwisho, majini na mashetani, tuliweza kuwafanya watumwa wetu.

Baba yetu alipofariki, tuliurithi utajiri wake, tukagawana mali, hirizi na vitabu vyake. Lakini ugomvi ulizuka baina yetu kuhusu kitabu kimoja kiitwacho *Maarifa ya Kale*. Ni kitabu maalumu muhimu sana ambacho maandishi yake hayawezi kutathiminiwa kwa dhahabu wala kwa vito, kwani kinatoa majibu ya siri na njia ya kupata hazina zilizofichika. Baba yetu alikidurusu sana katika maisha yake, na sisi wanne tulifaidika nacho japokuwa kidogo tu. Kwa hiyo, kila mmoja wetu alitaka kukimiliki ili ajue siri zilizomo.

Wakati ugomvi wetu ulipofikia kilele, tulitembelewa na Sheikh mmoja aliyemlea na aliyemfundisha baba yetu uchawi. Jina lake ni Al-Kahin al-Abtan. Alitwambia tumpelekee kile kitabu, akakichukua, akasema, 'Nyinyi ni wana wa mwanangu na siwezi kumkosea hata mmoja wenu. Kwa hiyo, natamka kuwa yeyote atakayeifungua Hazina ya Al-Shamardal, na kuniletea vitu vilivyomo humo ambavyo ni: tufe la glasi, kichupa cha wanja, pete na upanga, huyo ndiye nitakayempa hicho kitabu. Hiyo pete inahudumiwa na jini aitwaye Ngurumo ya Radi, na yeyote aivaaye, anaweza kuwashinda wafalme na masultani wote duniani na kujifanya mfalme wa ulimwengu mzima. Na yeyote aushikaye huo upanga na kuutingisha, anaweza kuliteketeza jeshi zima, kwani moto mkali hutoka unapotingishwa. Na kwa kuliangalia hilo tufe la glasi, mtu anaweza kuuona ulimwengu mzima, toka mashariki hadi magharibi, wakati ameketi kwake nyumbani. Na akiugeuza huo mpira kuelekea nchi anayotaka kuiona, na akiutazama, anaweza kuiona nchi hiyo nzima pamoja na raia wake wote. Kama amekasirishwa na jiji fulani na anataka kuliteketeza, akiligeuza hilo tufe na kulielekeza juani, mara hiyohiyo wakazi na majengo yote ya hilo jiji yatateketezwa kwa moto. Kuhusu hicho kichupa, yeyote ajipakaye wanja uliomo humo ndani, anaweza kuona hazina zote zilizomo ardhini.

Hii ndilo sharti ninalowapa. Yeyote ashindwaye kuifungua hiyo hazina, atapoteza madai ya kitabu hiki. Lakini yule atakayeifungua na kuniletea vitu hivyo vinne vya thamani vilivyomo humo, ataimiliki.'

Sote tulilikubali sharti hilo, na yule Sheikh aliendelea, 'mjue, wanangu, kuwa hiyo Hazina ya Al-Shamardal iko chini ya ulinzi wa wana wa Mfalme Mwekundu. Baba yenu aliniambia, alijaribu sana kuifungua, lakini alishindwa, kwani wana wa Mfalme Mwekundu walimkimbia na kukimbilia Misri. Aliwafuata huko, lakini hakuweza kuwateka kwa sababu walijitosa katika ziwa liitwalo Karoon lililorogwa. Aliporudi na kuniambia kushindwa kwake, nilifanya utafiti nikagundua kuwa hiyo hazina inaweza kufunguliwa tu kwa kumshirikisha kijana mmoja wa Kimisri aitwaye Djaudar bin Omar, ambaye ndiye atakayeshiriki kutekwa kwa wana wa huyo Mfalme Mwekundu. Huyo kijana ni mvuvi anayeweza kupatikana kwenye hilo Ziwa Karoon. Ni yeye peke yake tu ndiye awezaye kuuzingua huo uchawi na ni yeye pekee ndiye anayetakiwa kuwatosa ziwani wale wanaotaka kupambana na hao wana wa Mfalme Mwekundu. Yeyote yule atakayeshinda, mikono yake itajitokeza ziwani na Djaudar ndiye atakayeweza kumwokoa kwa kumtupia nyavu zake. Lakini wale watakaokufa maji, miguu yao ndiyo itakayoibuka kwanza na wataachwa humo ziwani.'

Wawili wa ndugu zangu walisema, "Sisi tutakwenda kwanza, hata kama tutaangamia," na mimi nikasema vivyo hivyo. Lakini ndugu yangu wa tatu, ambaye ni Abdul Rahim, alisema, "Sitahatarisha maisha yangu." Kwa hiyo, tulifanya mpango naye kuwa aende Misri akajifanye Myahudi mfanyabiashara ili, mmoja wetu akiangamia wakati wa jaribio hilo, amchukue huyo farasi na huo mfuko kutoka kwa Djaudar na amlipe dinari mia moja za dhahabu kama ujira kwa kazi yake hiyo.

Ndugu zangu – wa kwanza na wa pili – waliuawa na wana wa Mfalme Mwekundu. Lakini mimi hawakuweza kunishinda, ila nimewashinda nikawachukua mateka."

"Umewafungia wapi?" aliuliza Djaudar.

"Kwani hukuwaona?" aliuliza yule Mmaghribina. "Niliwafungia mle ndani ya vile visanduku viwili."

"Lakini wale walikuwa ni samaki," alisema Djaudar kwa mshangao.

"La, hawakuwa samaki," alijibu yule Mmaghribina. "Walikuwa majini wenye umbo la samaki. Sasa ujue kuwa ile hazina inaweza kufunguliwa wakati ukiwa haadhiri. Je, uko tayari kuja nami hadi kwenye jiji la Fez na kuifungua hiyo hazina? Nitakupa chochote unachokidai na utakuwa ndugu yangu kwa ushahidi wa Mwenyezi Mungu. Kazi yetu itakapokamilika, utarejea kwenu kwa moyo uliojaa furaha."

"Seyyid yangu," alijibu Djaudar, "nina mama na ndugu wawili wanaonitegemea mimi. Kama nikienda nawe, ni nani atakayewaangalia na kuwalisha?"

"Hiyo si sababu," alitamka yule Mmaghribina. "Kama ni fedha ndizo zinazokufanya usiende, nitakupa dinari elfu moja za dhahabu ili ukampe mama yako kwa matumizi yao na nakuahidi utarudi baada ya miezi minne."

Aliposikia idadi ya zile fedha, Djaudar alisema, "Nipe hizo dinari elfu moja, bwana. Mara tu nitakapomkabidhi mama yangu, nitarudi niongozane nawe."

Alimkabidhi zile dinari elfu moja za dhahabu na Djaudar alimwendea haraka mama yake, akamweleza yote yaliyotokea baina yake na yule Mmaghribina.

"Chukua dinari hizi elfu moja," Djaudar alimwambia mama yake, "uzitumie kwa ajili yako na kwa ajili ya kaka zangu. Mimi naelekea Maghrib pamoja na huyo Mmaghribina Insha-Allah, nitarudi baada ya miezi minne. Huenda nikarudi na utajiri mkubwa."

"Mwanangu," alisema yule mama, "nitakuwa mpweke bila wewe. Isitoshe, nauogopea sana usalama wako."

"Hakuna chochote kinachompata alindwaye na Mwenyezi Mungu," alimjibu. "Zaidi ya hayo, huyo Mmaghribina ni mtu mwema na mtenda haki."

Aliendelea kumsifu mpaka mwisho mama yake alisema, "Mwenyezi Mungu amfanye awe mwema kwako! Nenda naye, mwanangu. Labda atakulipa vyema kwa kazi yako."

Djaudar aliaga pale kwa mama yake, akamwendea yule Mmaghribina.

"Je, umekwisha shauriana na mama yako?" aliuliza Abdul Samad.

"Naam," alimjibu, "na amenipa ruhusa."

Basi, yule Mmaghribina alimwambia Djaudar ampande mmoja wa wale farasi wawili aliokuja nao, wakaanza safari yao mpaka adhuhuri. Wakati huo Djaudar alisikia njaa sana na kuona kuwa mwenzake hakuwa na chochote cha kula, alisema, "Seyyid yangu, naona umesahau kuchukua chakula kwa ajili ya safari yetu ndefu."

"Kwani una njaa?" aliuliza yule Mmaghribina.

"Ndiyo," alijibu Djaudar.

Wote wawili waliwashuka farasi wao, yule Mmaghribina akamwambia Djaudar, "Uteremeshe ule mfuko unaoning´inia pale kwenye farasi." Djaudar aliuleta.

"Sasa, ndugu yangu, ungependa kula nini?" mwenzake alimuuliza.

"Chochote kitafaa," alijibu Djaudar.

"Kwa jina la Allah, niambie ungependa kula nini?" aliuliza tena yule Mmaghribina.

"Mkate na jibini," alijibu yule mvuvi.

"Maskini, Djaudar," alisema yule mwenzake huku akitabasamu. "Hakika unastahili chakula bora kuliko hicho. Ulizia chakula kizuri sana."

"Chochote kitanifaa mimi sasa," alijibu Djaudar.

"Ungependa kula kuku wa kubanikwa?"

"Ningependa."

"Na wali uliotayarishwa kwa asali?"

"Hakika!"

Yule Mmaghribina aliendelea kutaja vyakula vya aina mbalimbali mpaka akataja orodha ndefu ya vyakula ishirini na vinne vilivyo tofauti.

"Huyu mtu ana wazimu," alijiambia Djaudar. "Ataniletea vyakula vyote hivyo kutoka wapi wakati hana mpishi wala mahali pa kupikia?" Mwisho akamwambia, "Inatosha. Kwa nini unanitoa mate kinywani wakati sioni chochote?"

"Karibu, Djaudar," alisema yule Mmaghribina huku akitabasamu. Hapo alitia mkono wake mle mfukoni, akatoa sahani za dhahabu zikiwa na kuku wawili waliobanikwa wakiwa moto! Aliutia tena mara ya pili, akatoa sahani iliyojaa kababu. Aliendelea kutoa vyakula vya aina mbalimbali mpaka alipotimiza vile vyakula alivyovitaja!

Djaudar Akipokea Vyakula

"Haya, kula sasa, rafiki yangu," alisema yule Mmaghribina.

"Seyyid yangu," alitamka Djaudar kwa mshangao mkubwa, "bila shaka una jiko na wapishi wengi humo ndani ya huu mfuko wako."

"Ni mfuko wa *kisihiri*" alijibu yule mwenzake huku akicheka. "Unashughulikiwa na jini. Kama tukiuuliza vyakula elfu moja vya aina mbalimbali kila saa, jini atavitayarisha mara moja." "Kweli huo ni mfuko wa ajabu!" alikiri Djaudar kwa mshangao mkubwa.

Wote wawili walikaa, wakala vile vyakula mpaka wakashiba. Yule Mmaghribina aliyatupa mabaki, halafu vile vyombo akavirudisha mle mfukoni. Aliutia tena mkono mle mfukoni, akatoa kigudulia cha maji safi baridi. Waliyanywa, wakatawadha na wakaswali swala ya adhuhuri. Baada ya kukirudisha kile kigudulia mle mfukoni, waliwapanda wanyama wao, wakaendelea na safari yao.

"Je, unajua ni umbali gani tumesafiri kutoka Misri?" aliuliza yule Mmaghribina.

"La," alijibu Djaudar.

"Tumesafiri umbali wa mwendo wa mwaka mzima," alijibu yule Mmaghribina. "Ujue kuwa farasi hawa ni majini wanaokwenda mwendo wa mwaka mzima kwa siku. Lakini, kwa ajili yako wamekuwa wakienda mwendo wa taratibu."

Kwa muda wa siku nne walisafiri wakielekea magharibi mpaka usiku wa manane. Wakati wote huo ule mfuko wa kisihiri ndio uliowapatia chakula chao Djaudar akipatiwa chochote kile alichokitaka. Siku ya tano waliwasili Maghrib, wakaliingia jiji la Fez. Wakati wakielekea mjini, kila aliyekutana na yule Mmaghribina, alimwamkia na kuubusu mkono wake. Mwisho walisimama mbele ya nyumba moja na yule Mmaghribina alibisha mlango, ukafunguliwa na msichana mmoja mzuri kama mbalamwezi wa kumi na tano!

"Rahmah, binti yangu," aliita yule Mmaghribina, "tufungulie sebule kubwa tupumzike."

"Karibuni, baba," yule msichana aliwakaribisha kwa maringo, halafu akaingia tena ndani, akaufungua mlango.

"Bila shaka huyu ni binti malkia," alifikiri Djaudar kwa kuustaajabia uzuri wa yule msichana.

Yule msichana aliufungua mlango wa sebule moja kubwa na yule Mmaghribina akauchukua ule mfuko kutoka pale ulipotundikwa kwenye farasi, wakaingia ndani.

"Nendeni," aliwaambia wale farasi, "Mungu awabariki!"

Mara ileile ardhi ilifunguka, ikawameza wale farasi wawili, halafu ikajifunga tena.

"Alhamdulillahi," alishukuru Djaudar kwa mshangao, "kwa kutusalimisha kwenye mgongo wa wanyama wale wawili!"

"Usistaajabu, Djaudar," alisema yule Mmaghribina. "Kwani sikukwambia kuwa wale farasi ni majini? Njoo, tuingie ndani."

Djaudar alimfuata mle ndani na akastaajabu zaidi kuona mazulia, mabusati, vito na mapambo yaliyoipamba ile sebule. Mara tu walipoketi, yule Mmaghribina alimwamrisha binti yake amletee furushi fulani. Alimletea na mle akatoa joho lenye thamani ya dinari elfu moja.

"Livae, Djaudar," alisema, "na karibu humu nyumbani mwetu."

Djaudar alilivaa, akabadilika, akaonekana kama mfalme wa Ki-Moroko! Halafu yule Mmaghribina alitia tena mkono mle mfukoni wa sihiri, akatoa vyakula vya aina mbalimbali akavieneza mbele ya mgeni wake.

"Kula, bwana," alisema, "na tusamehe, kwani hatujui ni chakula cha namna gani unachokipenda. Twambie kile roho yako inachokipenda zaidi nasi bila kuchelewa, tutakupatia."

"Wallahi," alijibu Djaudar, "napenda kila namna ya chakula hakuna ninachokichukia. Usiniulize ni chakula cha namna gani nikipendacho, nipe chochote unachokipenda wewe, nami nitakila."

Djaudar alibaki na yule Mmaghribina kwa muda wa siku ishirini, akapokea tena kutoka kwa mwenyeji wake joho jingine, ikawa kila siku analishwa namna kwa namna ya vyakula visivyokuwa na idadi. Siku ya ishirini na moja, yule Mmaghribina alimjia, akamwambia, "Nyanyuka, rafiki yangu. Leo ni ile siku iliyochaguliwa kuifungua ile Hazina ya Al-Shamardal."

Basi Djaudar aliongozana na yule Mmaghribina mpaka nje ya jiji ambako aliona farasi wawili wakiongozwa na watumwa wawili. Mwenyeji wake alimpanda farasi mmoja, na yeye akampanda wa pili, wakaongozana nyuma wakifuatwa na wale watumwa wawili. Adhuhuri, walifika kwenye mto, wakawashuka wale farasi. Yule Mmaghribina aliwafanyia ishara wale watumwa, wakawachukua wale farasi, wakaenda nao. Mara walirejea tena, mmoja akibeba hema alilolikita pale, na wa pili alikuja na godoro na mito aliyoitandika ndani. Halafu mmoja wao alikwenda akaleta vile visanduku viwili mlimokuwa na wale samaki wawili wekundu na yule wa pili alileta ule mfuko wa kisihiri.

Yule Mmaghribina alitia mkono mle mfukoni, akatoa vyakula vya aina mbalimbali, akamwalika Djaudar ale. Walipokula, alivichukua vile visanduku, akavisomea maneno ya kigeni.

"Tuko kwenye huduma yako, msihiri wa kutisha!" walipiga kelele wale samaki wawili. "Tuonee huruma!"

Yule Mmaghribina alirudia maneno yaleyale ya kigeni, na wale samaki, kwa sauti ya juu, walizidi kuomba awaonee huruma mpaka vile visanduku vililipuka, mle ndani mkatoka viumbe viwili ambavyo mikono yao ilikuwa imefungwa nyuma ya migongo yao.

"Tusamehe, msihiri mkubwa!" walilia. "Je, utatufanya nini?"

"Apeni kuwa mtaifungua Hazina ya Al-Shamardal," aliwafokea yule Mmaghribina, "au nitawachoma moto nyote wawili!"

"Tutaifungua kwa sharti moja," walimjibu. "Ni lazima umlete mvuvi, mwana wa Omar aitwaye Djaudar. Hiyo hazina haiwezi kufunguliwa bila yeye kuwepo. Ni yeye peke yake tu ndiye awezaye kuingia humo."

"Huyu hapa, huyo mtu mnayemtaja," alijibu yule msihiri. "Anawasikia na atafanya linalotakiwa."

Hapo vile viumbe viliapa vitaifungua hiyo hazina, na yule msihiri aliuzingua uchawi uliowafunga wale samaki kwa kuviweka vidonge viwili vyekundu vya namna ya dawa kwenye tundu ya ukuni mmoja, akachukua kaa la moto akaliweka juu yake, akalipuliza. Moto ulipowaka, alitoa ubani, akamwambia Djaudar, "Niko tayari kuutia huu ubani ndani ya huu moto na kuusomea. Nitakapoanza uganga, sitaweza tena kusema ama sivyo uganga utatenguka. Kwa hiyo, nitakwambia sasa la kufanya ili kufikia lengo letu."

"Sema tu," alijibu Djaudar. "Nakusikiliza."

"Jua," alitamka yule Mmaghribina, "kuwa mara tu nitakapoutia ubani huu motoni na kuuanza uganga, maji ya mto huu yatakauka, na ufukweni pataonekana mlango wa dhahabu ulio mkubwa kama wa jiji, ukiwa na pete kubwa ya shaba. Uuendee huo mlango, uugonge taratibu, usubiri kidogo. Ugonge tena kwa sauti kubwa zaidi, usubiri tena. Baada ya hapo uugonge tena mara tatu mfululizo. Kutoka ndani utasikia sauti ikikuuliza, 'Nani anayegonga mlango wa nyumba ya hazina na asiyeweza kulitatua fumbo?' 'Umjibu, 'Ni mimi mvuvi Djaudar bin Omar.' Hapo mlango utafunguka na utamwona mwanamume mwenye upanga wazi mkononi atakayekwambia, 'Kama wewe ndiye, nyoosha shingo nikukate kichwa.' Usiogope, mnyooshee shingo, kwani mara tu atakaponyanyua upanga wake na kukukata kichwa, ataanguka chini na kufa papo hapo. Wewe mwenyewe hutadhurika wala hutahisi maumivu yoyote kutokana na lile pigo. Lakini ukikataa, atakuua.

Utakapopita mtihani huo wa kwanza, ingia ndani. Humo utaona mlango wa pili. Ugonge na mlango utafunguliwa na mtu mwenye mkuki aliyempanda farasi. Atakuuliza, 'Ni kitu gani kilichokuleta hapa mahali palipokatazwa wanadamu na majini?' Atakutingishia mkuki wake. Wewe mtolee mbele kifua chako na atakupiga na ule mkuki, lakini ataanguka chini, atakata roho papo hapo,wewe hutadhurika. Lakini ukikataa, atakuua.

Utaendelea mpaka mlango wa tatu ambao utafunguliwa na mtu mwenye upinde na mshale. Atakulenga nao. Mtolee kifua. Na yeye mara hiyohiyo ataanguka chini, atakufa. Ukimpinga, atakuua.

Baada ya hapo, nenda mpaka kwenye mlango wa nne, uugonge. Simba mkubwa ajabu atakutokea na kukurukia akifungua kinywa akule usiogope wala usikimbie. Mpe mkono wako na mara hiyohiyo, ataanguka chini na kufa.

Halafu ugonge mlango wa tano. Mtumwa mweusi ataufungua, akisema, 'Wewe ni nani?' Mjibu, 'Mimi ni Djaudar.' Atakuuliza tena, 'Kama wewe ndiye, nenda ukaufungue mlango wa sita.'

Kwenye mlango wa sita, piga kelele, 'Isa, Musa, fungua mlango!' Mlango, utafunguka. Ingia ndani. Humo majoka mawili, moja kutoka kushoto na la pili kutoka kulia, yatakurukia yakiwa na vinywa wazi. Ukiyanyooshea mkono kila moja, hayatakudhuru. Usipofanya hivyo, yatakuua.

Mlango wa saba utafunguliwa na mama yako. 'Karibu ndani, mwanangu,' atakwambia. 'Njoo karibu nikuamkie.' Mjibu, 'Baki hapohapo ulipo na uvue nguo zako sasa hivi!' 'Mwanangu,' atakulilia, 'mimi ni mama yako mzazi aliyekunyonyesha ziwa na kukulea. Utawezaje kuniona uchi?' Umjibu, 'Vua nguo zako au nitakuua.' Uangalie upande wako wa kulia na utaona upanga ukining'inia ukutani. Uchukue, umtishie nao. Atakusihi na kukulilia. Usimwonee huruma, na kila atakapovua nguo moja, mlazimishe avue zote. Endelea kumtisha hivyo mpaka amevua nguo zake zote. Hapo atakuangukia miguuni.

Mara hiyohiyo, uchawi wote utazinguliwa na utaweza kuingia kwa usalama ukumbi wa hiyo hazina na kushuhudia jinsi dhahabu ilivyorundikana kote. Lakini wewe usijali. Upande wa pili wa huo ukumbi, utaona kijukwaa kilichofunikwa kwa pazia. Funua hilo pazia. Hapo utamwona Mchawi Al-Shamardal amelala juu ya kochi la dhahabu na tufe la glasi likining'inia kichwani pake kama mwezi. Upanga utauona upande wake, pete kidoleni mwake na kichupa cha wanja kwenye mnyororo shingoni mwake. Vilete vitu hivyo vinne. Lakini angalia kuwa hukusahau chochote cha maagizo haya niliyokuambia. Ukikosea, utajuta."

Yule Mmaghribina alirudia tena yale maelezo yake mpaka Djaudar alipomhakikishia kuwa amekariri vizuri kila kitu alichoambiwa.

"Lakini ni nani awezaye kuukabili huo uchawi unaousema?" aliuliza Djaudar mvuvi kwa wasiwasi mwingi. "Ni shujaa gani anayeweza kupambana na vitisho vyote hivyo?"

"Usiogope, Djaudar," alijibu yule Mmaghribina. "Hiyo ni mizuka tu isiyokuwa na roho."

Djaudar alimwomba Mwenyezi Mungu, na yule Mmaghribina alianza kutia ule ubani motoni, akaanza kuyanuiza yale maneno yasiyoeleweka. Mara ileile maji ya ule mto yalitoweka na ule mlango wa nyumba ya hazina ukaonekana chini. Djaudar aliuendea, akaubisha.

"Nani anaugonga mlango wa nyumba ya hazina asiyeweza kulifumbua fumbo?" iliuliza sauti kutoka mle ndani.

"Ni mimi Djaudar bin Omar," alijibu.

Ule mlango ulifunguliwa na mtu mwenye upanga wazi mkononi, alimpigia Djaudar kelele, "Nyoosha shingo yako upesi!" Djaudar aliinyoosha, lakini mara alipompiga nao Djaudar, yule mtu alianguka chini. Halafu Djaudar aliendelea hadi ile milango mingine. Alipoufikia mlango wa saba, mama yake alimtokea akamsalimu.

"Nani wewe?" Djaudar aliuliza.

"Mimi ni mama yako mzazi," alimjibu. "Nilikunyonyesha ziwa, nikakubeba mgongoni nikakulea. Ulikuwa tumboni mwangu kwa muda wa miezi tisa, mwanangu."

"Vua nguo zako!" alifoka Djaudar.

"Lakini wewe ni mwanangu!" alitamka yule mama kwa mshangao mkubwa. "Unawezaje kunivua nguo?"

Yule mama aliendelea kusihi, lakini Djaudar alirudia tena maneno yaleyale akimtisha kwa upanga aliouchukua kutoka ukutani mpaka yule mwanamke alipovua nguo zote isipokuwa moja tu ya ndani.

"Moyo wako ni wa jiwe nini, mwanangu?" alilia yule mwanamke. "Unataka kuuona uchi wa mama yako? Hujui kuwa hivyo ni vibaya sana, mwanangu?"

"Kweli, mama," alijibu Djaudar kwa huzuni na kuona haya. "Yamekwisha, mama!"

Mara ileile yule mwanamke alipiga kelele, "Mpigeni! Ameshindwa!"

Mara walinzi wa ile hazina walitokea, wakamshambulia Djaudar kwa ngumi – kipigo ambacho hatakisahau maishani mwake! Wakamtupa nje ya ile nyumba ya hazina, wakaufunga ule mlango wa dhahabu.

Yule Mmaghribina alipomwona mvuvi akitupwa nje ya mlango namna ile, mara ileile, alikwenda akamtoa katika maji ambayo sasa yalikuwa yakifurika mtoni na kujaa tena haraka! Akamsomea maneno fulani, akapata tena fahamu.

"Umefanya nini, mpumbavu we?" aliuliza yule Mmaghribina kwa hasira.

Djaudar alimsimulia yote yaliyotokea baada ya kukutana na mama yake.

"Sikukwambia uyafuate maagizo yangu yote?" alifoka yule Mmaghribina. "Wallahi, umenikosea na umejikosea wewe pia. Kama yule mwanamke angevua nguo zote, tungetimiza lengo letu. Sasa inatubidi tusubiri mwaka mzima kabla hatujajaribu tena."

Mara ileile aliwaita wale watumwa, wakaling'oa lile hema, wakawarudisha tena wale farasi, wakarejea tena Fez.

Djaudar alibaki na yule Mmaghribina kwa muda wa mwaka mzima, akilishwa vyakula vya ainaaina na kuvishwa joho jipya kila juma. Ile siku iliyotakiwa ilipowadia tena, yule Mmaghribina alimchuku tena Djaudar nje ya jiji walikowakuta tena wale watumwa wawili weusi wakiwa na wale farasi wawili. Walipofika tena kwenye ukingo wa ule mto, walipiga hema, wakala chakula cha mchana. Yule Mmaghribina alikuwa ameshatayarisha tena ukuni na vile vidonge, akawasha makaa ya moto, akamwambia Djaudar, "Sikiliza nikueleze tena yale maelezo kamili."

"Huna haja ya kuyarudia tena, Seyyid yangu," alisema Djaudar. "Nitayasahau wakati nitakaposahau kile kipigo nilichopigwa mle ndani!"

"Unakumbuka kila kitu?" aliuliza tena yule Mmaghribina kuhakikisha. Djaudar alipomhakikishia kuwa anakumbuka kila kitu, aliendelea, "Angalia sana. Usifikiri kuwa yule mwanamke ni mama yako kweli. Ni jinamizi tu aliyechukua sura ya mama yako ili kukupoteza. Mara ya kwanza uliokoka chupuchupu, lakini ukikosea mara ya pili, nakuhakikishia kuwa utaangamia."

"Kama nikiteleza safari hii," alijibu Djaudar, "nitastahili kuchomwa moto."

Basi, yule Mmaghribina aliutia motoni ule ubani, na mara tu alipoanza uchawi wake, ule mto ulikauka na Djaudar alielekea kule kwenye ule mlango. Aliyafuata yale maagizo mpaka mwisho alifika kwa mama yake.

"Karibu, mwanangu," yule mwanamke alimkaribisha kwa sauti ya juu.

"Laana we," alipiga kelele Djaudar. "Toka lini nikawa mwanao? Vua nguo zako mara moja!"

Yule mwanamke alivua nguo huku akimlalamikia Djaudar mpaka alipobakiwa na nguo moja tu ya ndani.

"Ivue!" aliamrisha Djaudar kwa hasira.

Alipoivua, yule mwanamke alianguka chini, akakata roho.

Djaudar aliuingia ule mlango wa saba bila kujali mirundiko ya dhahabu aliyoiona imejaa mle, akaendelea moja kwa moja mpaka kwenye jukwaa. Hapo akamwona yule Mchawi Al-Shamardal amelala, ule upanga ukiwa karibu yake, ile pete kidoleni mwake, na lile tufe la glasi likining'inia juu likielekea kifuani pake na kile kichupa cha wanja shingoni mwake. Aliuchomoa ule upanga, akaitoa ile pete kidoleni mwake, akaling'oa lile tufe pale juu, akakitoa kile kichupa kifuani pake, akaelekea mlangoni.

Mara ileile ilisikika sauti ya muziki ikimsifu ikitolewa na watunza hazina wakipiga kelele, "Furahi, Djaudar, furahi kwa mafanikio yako!"

Muziki, vigelegele na vifijo viliendelea mpaka Djaudar alipotoka nje ya lile lango la ile hazina.

Mara tu alipomwona, yule Mmaghribina aliacha uchawi wake, akanyanyuka upesi, akamwendea Djaudar, akamkumbatia. Djaudar akamkabidhi vile vitu vinne. Hapo yule Mmaghribina akawaita wale watumwa wawili, akawaamrisha wang'oe hema na waende na wale farasi wawili.

Waliporudi jijini, yule Mmaghribina alitoa mle mfukoni namna mbalimbali za vyakula, wote wawili wakala mpaka waliposhiba. Halafu yule mchawi akasema, "Djaudar, uliondoka kwenu kwa ajili yangu na ukatekeleza matakwa yangu. Kwa hiyo, taja lolote ulitakalo nami nakuapia wallahi nitakupa. Usione haya unastahili chochote ukitakacho."

"Seyyid yangu," alijibu yule mvuvi, "siwezi kuomba kitu kizuri zaidi ya huo mfuko wa sihiri."

Yule Mmaghribina alimtuma mtumwa wake aende akaulete ule mfuko, akamkabidhi Djaudar, akamwambia, "Huu hapa, ndugu yangu, ni wako, uchukue unaustahili. Kama ungeniomba kitu kingine chochote, ningekupa kwa moyo safi. Lakini, rafiki yangu, mfuko huu utakupatia chakula tu. Kwa kuwa ulihatarisha maisha yako kwa kukabili hatari kubwa kwa ajili yangu mimi, na nilikuahidi nitakurudisha kwenu ukiwa umeridhika, nitakupa mfuko mwingine uliojaa dhahabu na vito na nitakufikisha kwenu salama salimini. Huko unaweza ukaanzisha mradi ukaridhisha mahitaji yako, ya mama yako na ya ndugu zako.

Kuhusu huo mfuko wa kwanza, nitakwambia namna ya kuutumia. Utie mkono useme kimoyomoyo, "Mtumishi wa mfuko, kwa nguvu za majina yaliyo na nguvu juu yako, niletee chakula fulani. Mara hiyo hiyo atakupatia chochote kile utakachokitaka, hata kama utataka vyakula elfu moja vya aina mbalimbali kwa siku."

Yule Mmaghribina alituma aitwe mtumwa mmoja na farasi, wakati akiujaza dhahabu na vito mfuko wa pili, alimwambia Djaudar, "Mpande farasi huyu. Mtumwa atamwongoza farasi mpaka atakapokufikisha kwenye mlango wa nyumba yenu. Utakapowasili, ichukue hiyo mifuko miwili, farasi mkabidhi mtumwa, amrudishe. Siri yako usimwambie yeyote. Na sasa, rafiki yangu, nenda kwenu salama salimini kwa uwezo wa Mwenyezi Mungu."

Djaudar alimshukuru yule Mmaghribina kwa moyo wake wote, akaipakia ile mifuko miwili kwenye farasi, akampanda, akaanza safari yake. Yule farasi alimwandama yule mtumwa kutwa kucha mpaka siku ya pili asubuhi wakati walipowasili kwenye lango la jiji. Hapo alistaajabu kumwona mama yake amekaa kando ya barabara, akiomba, "Maskini! Sadaka kwa jina la Mwenyezi Mungu!"

Haraka Djaudar alishuka, akamkimbilia mama yake, akamkumbatia. Mama kumwona mwanawe, akaanza kulia. Djaudar alimpandisha juu ya yule farasi, akamwongoza mpaka walipofika nyumbani. Huko aliitua ile mifuko, akamkabidhi mtumwa yule mnyama arudi naye kwa bwana wake, kwani wote wawili walikuwa ni majini.

Djaudar alisikitika sana kuona ile hali aliyokuwa nayo mama yake. Walipoingia ndani, akamuuliza, "Je, kaka zangu hawajambo?"

"Hawajambo," mama alimjibu.

"Kama ni hivyo, mbona unaombaomba barabarani?" alihoji Djaudar. "Mara ya kwanza nilikupa dinari mia moja za dhahabu, na siku ya pili nilikupa tena dinari mia moja. Na siku nilipoondoka nilikukabidhi dinari elfu moja za dhahabu."

"Mwanangu," alijibu mama yake, "kaka zako ndio waliozichukua fedha zote hizo wakisema wanataka kununulia bidhaa za kufanyia biashara. Lakini walinidanganya, wakanifukuza mpaka ikanibidi niombeombe barabarani au nife kwa njaa."

"Usijali, mama," alisema Djaudar. "Kwa kuwa nimerudi salama, yote yatakuwa mazuri. Huu hapa, pokea mfuko uliojaa dhahabu na vito. Hatutakuwa na shida yoyote tena."

"Bahati nzuri imekuangukia, mwanangu," alisema yule mama huku machozi yakimtiririka. "Allah akubariki na akufungulie riziki zaidi! Nyanyuka sasa ukatutafutie mkate. Sijala chochote toka jana!

"Karibu, mama," Djaudar alimjibu, akicheka. "Niambie ungependa kula nini na mara hiyohiyo kitakuwa mbele yako. Sihitaji kwenda kununua chochote."

"Lakini mbona sioni chochote ulichokuja nacho, mwanangu?" aliuliza mama yake.

"Kila kitu kimo ndani ya mfuko," alijibu Djaudar. "Mna kila namna ya chakula."

"Chochote utakachonipa, mwanangu, kitanifaa, mradi tu kiniondoe njaa," alijibu mama yake.

"Kweli, mama," alisema Djaudar. "Kama hakuna njia nyingine yoyote ya kujipatia chakula, ni lazima kuridhika na chochote kinachoondoa njaa. Lakini kama kuna uwezekano wa kupata vyakula vingi vya kila namna, ni bora kuchagua kile kilicho kizuri unachokitamani. Mimi nina kila namna ya vyakula taja ukitakacho."

"Kama ni hivyo, mwanangu," alijibu yule mama, "nataka mkate mpya na kipande cha jibini."

"Unastahili chakula bora kuliko hicho, mama!" alisema Djaudar akicheka.

"Kama unajua kinachonifaa," alisema yule mama, "basi nipatie."

"Unasemaje," alitamka Djaudar, "nikikupatia nyama iliyokaangwa kwa samli safi na kuku aliyeokwa, wali wenye viungo, nyama ya kondoo iliyochemshwa, tambi zinazoogelea ndani ya asali na keki za lozi?"

"Una nini, Djaudar, mwanangu?" alishangaa yule mama akifikiri mwanawe anamtania. "Unaota au umerukwa akili? Ni nani awezaye kuvinunua vyakula vyote hivyo vya ajabu na ni nani awezaye kuvipika?"

"Nakuapia, mama," alijibu Djaudar, "vyote hivyo utavipata sasa hivi. Nipe ule mfuko niliokuja nao ulioko pale."

Mama yake alimletea ule mfuko akaona hamna kitu ndani. Alimkabidhi Djaudar ambaye alitia mkono ndani, akaanza kutoa vile vyakula vyote alivyovitaja - kimojakimoja - akavipanga mbele ya mama yake.

"Mwanangu," alisema yule mama kwa mashangao mkubwa, "huu mfuko ni mdogo na ulikuwa mtupu mimi mwenyewe nilihisi hivyo. Vyakula vyote hivi vinatokaje humo?"

"Jua, mama," alimjibu, "kuwa mfuko huu ni wa kisihiri. Nilipewa na yule Mmaghribina na unahudumiwa na jini ambaye, akitajiwa majina ya wakuu wa majini, unatoa chakula cha namna yoyote atakacho mtu."

Hapo mama yake akamuuliza kama na yeye naye anaweza kumwita huyo jini. Djaudar alimkabidhi ule mfuko, mama akatia mkono akisema, "Mtumwa wa mfuko, kwa nguvu za majina ya wale walio na nguvu juu yako, niletee mbavu nono za nyama ya kondoo zilizojazwa lozi!"

Mara ileile mkononi alikishika lile pande la nyama aliyoitaka. Alilitoa mle mfukoni, halafu akataka mkate na nyama nyingine tofauti.

"Mama," alisema Djaudar, "utakapomaliza kula, makombo yatie katika sahani, wape maskini, na vyombo hivi virudishe mlemle mfukoni. Hiyo ni moja ya siri za huo mfuko na tafadhali ufiche pazuri mfuko huu."

Yule mama alinyanyuka, akaenda akauficha ule mfuko mahali pazuri.

"Zaidi ya hayo, mama," aliongeza Djaudar, "siri ya mfuko huu usimwambie yeyote. Ukitaka chakula cha aina yoyote, uchukue uuagize. Kutoka humo, uwalishe kaka zangu – nikiweko na nisiweko - na mabaki wape maskini."

Wakati wakijitayarisha kula, kaka zake·waliingia mle nyumbani. Walikwishasikia habari kwa watu kuwa Djaudar amewasili akiwa amempanda farasi mzuri, akiongozwa na mtumwa. Wakasikia kuwa hakuna yeyote aliyevaa joho aliloliaa Djaudar.

"Tusingemkosea mama yetu," wale kaka zake wawili waliambiana. "Bila shaka amemweleza Djaudar. Hebu fikiri aibu iliyoje hiyo!"

"Lakini mama yetu, kama ujuavyo, ni mtu mwenye huruma sana," mmoja wao alisema. "Hata kama akimwambia, mdogo wetu, kama ujuavyo, naye ana huruma zaidi kuliko hata mama yetu! Tukimwomba radhi, atatusamehe."

Djaudar alisimama wakati walipoingia akawaamkia vizuri, akawaambia, "Kaeni mle nasi."

Walikaa, wakaanza kula kwa pupa, kwani walikuwa na njaa sana.

"Kaka zangu," alisema Djaudar waliposhiba, "chukueni makombo mkawagawie maskini."

"Kwa nini, ndugu yetu," walimuuliza. "Tunaweza kuyala jioni."

"Jioni," aliwaambia, "mtakula karamu kubwa zaidi kuliko hii."

Basi, walitoka nje na yale makombo, wakamgawia kila maskini mpita njia. Halafu walimrudishia Djaudar vile vyombo vitupu, ambavyo naye, alimwambia mama yake avirudishe mle mfukoni.

Jioni Djaudar aliingia chumbani mlimofichwa ule mfuko, akatoa vyakula tofauti vya aina mbalimbali vilivyobebwa na mama yake mpaka katika chumba cha kulia chakula akawaalika kaka zake wale. Walipomaliza kula, aliwaambia wachukue makombo wakayagawe tena kwa maskini. Baada ya hapo mfukoni aliwatolea vitamutamu mbalimbali, wakavila. Vilivyobaki aliwaambia wawape majirani.

Kwa njia hii aliwalisha kaka zake na mama yake kwa muda wa siku kumi. Siku ya kumi na moja, Salim alimwambia Saliim, "Nini maana ya yote haya? Inawezekanaje mdogo wetu kila siku kutulisha karamu mchana na jioni kwa vyakula vya namna mbalimbali vile, na kila kinachobaki anawagawia maskini? Ni masultani na wafalme tu ndio wafanyao hivyo. Ni wapi alikoupata utajiri wote huo? Je, huwezi kumuuliza mama vyakula hivi tofauti vinavyotoka na anayevipika? Hata siku moja hatujamwona mama akinunua chochote wala akiwasha moto hana mpishi wala jiko."

Basi, walifanya mpango, wakamwendea mama yao wakati Djaudar hayuko, wakamwambia kuwa wana njaa. Mara ileile mama yao aliingia chumbani kulikofichwa ule mfuko, akamwamrisha jini, akarejea na chakula motomoto.

"Mama, chakula hiki ni moto," walisema, "na wewe hukukipika, wala hukuwasha moto. Kinatoka wapi?"

"Kinatoka mfukoni,"

"Mfuko gani huo?"

"Mfuko wa kisihiri."

Hapo akawasimulia yote, akiongeza, "Hili ni jambo la siri. Nawasihi, wanangu, msimwambie yeyote."

"Hakuna yeyote atakayeijua," walimhakikishia. "Lakini hebu tuonyeshe jinsi huo mfuko unavyofanya kazi."

Mama yao aliwaonyesha na wao walitia mikono yao, kila mmoja wao akiamrisha kile chakula alichotaka kula.

Wakati walipokuwa peke yao, Salim alimwambia Saliim, "Mpaka lini tutakuwa tukiishi kama watumishi katika nyumba ya mdogo wetu tukiishi kimaskini tukitegemea sadaka kutoka kwake? Hatuwezi kumdanganya tukamnyang´anya ule mfuko ukawa ni wetu?"

"Tutamndanganya vipi?" aliuliza Saliim.

"Tutamuuza mdogo wetu kwa nahodha mkuu wa mfereji wa Suez," alijibu Salim. "Tutamwendea nahodha na kumwalika nyumbani yeye na wafanyakazi wake wawili. Wewe unga mkono tu kila nitakalolisema na mwisho utaona nitakalofanya."

Walipokubaliana kumuuza mdogo wao, walimwendea nahodha mkuu wa Suez, wakamwambia, "Bwana, tumekuja kwako kwa shughuli fulani itakayokufurahisha."

"Vizuri," alisema nahodha. "Niambieni."

"Sisi ni ndugu wawili," waliendelea. "Tuna mdogo wetu wa tatu asiye na thamani yoyote. Baba yetu alipokufa, alituachia mali kidogo. Tuligawana urithi wetu na mdogo wetu alichukua sehemu yake akaifuja kwa njia mbaya. Alipopoteza kila kitu chake, alikwenda akatushtaki akilalamika akisema tumemdanganya urithi wake. Alitupeleka katika kila mahakama mwisho tulipoteza utajiri wetu wote. Na sasa ameanza tena. Hatuwezi kumstahamili, tunataka umnunue kutoka kwetu umpeleke popote upendapo, mradi atoweke hapa tulipo asije akatuletea balaa jingine!"

"Mnaweza kumleta hapa kwa ujanja?" aliuliza yule nahodha. "Mkifanya hivyo, nitamtia ndani ya chombo na kumpeleka baharini mara moja."

"La, hatuwezi kumleta hapa," walimjibu. "Lakini wewe njoo nyumbani kwetu uwe mgeni wetu leo jioni. Njoo na mabaharia wawili – si zaidi. Wakati atakapolala usingizi, sisi watano tutaweza kumshika na kumziba mdomo na kumtoa nyumbani. Hapo mtaweza kumbeba usiku na kumfanya vyovyote mpendavyo.

"Vizuri," alisema yule nahodha. "Je, mko tayari kumuuza kwa dinari arobaini?"

"Tunakubali," walimjibu. "Usiku wewe na watu wako hao wawili nendeni barabara fulani ambako mtamkuta mmoja wetu akiwasubiri karibu na mlango wa msikiti wa Ijumaa."

Basi wale ndugu wawili walirejea nyumbani, wakaanza kuongea kwa muda. Salim alimwendea Djaudar, akaubusu mkono wake. Djaudar akauliza, "Je, wasemaje kaka yangu? Kuna jambo lolote unalotaka nikutimizie?"

"Nina rafiki," alisema Salim, "aliyenialika nyumbani kwake mara nyingi sana na kunikarimu vizuri, kama Saliim hapa ajuavyo. Leo nilimwita, naye akanialika tena. Lakini mimi nilimwomba msamaha, nikamwambia, 'Siwezi kumwacha ndugu yangu.' Akaniambia, 'Mwache ndugu yako aje nawe.´ Nilimwambia hutalikubali hilo na kwamba yeye na ndugu zake waje wale nasi chakula cha jioni leo hapa kwetu. Ndugu zake walikuwa naye wakati huo, niliwaalika pia nikidhani labda watakataa. Walakini wote walikubali wakaniomba nikutane nao mahali fulani. Sasa najuta na nahisi vibaya kuwaalika bila kukuarifu. Nakuomba tafadhali ndugu yangu, wakirimu leo usiku. Kama huwezi, niruhusu niwapeleke kwa jirani yetu."

"Kwa nini kwa jirani yetu?" aliuliza Djaudar. "Je, nyumba yetu ni ndogo, au hatuna chakula cha kutosha kuwalisha? Aibu gani hiyo! Wacha waje na watapatiwa vyakula vya thamani vya kutosha na vya heshima! Kama mnawaleta wageni nyumbani, na kama mimi siko, muulizeni tu mama yetu naye atawapatia vyakula vya aina yoyote mvitakavyo. Nenda ukawalete hao wageni wako, wanakaribishwa humu kwa mikono miwili!"

Salim aliubusu mkono wa Djaudar, akaelekea kule msikitini. Nahodha na mabaharia wake walifika wakati waliopewa miadi, akawachukua nyumbani. Mara tu walipoingia, Djaudar alinyanyuka kuwapokea. Aliwakaribisha vizuri, akawafanya waketi karibu yake, kwani hakujua mpango wao. Halafu alikwenda akamwamrisha mama yao awaletee vile vyakula arobaini vya aina tofauti kutoka mle mfukoni. Wale mabaharia walikula mpaka wakashiba wakifikiri Salim ndiye aliyevilipia. Baada ya hapo, vililetwa vitamutamu mbalimbali Djaudar akiwahudumia wakati ndugu zake wawili wameketi.

Usiku wa manane, nahodha na wale mabaharia waliomba ruhusa wakalale na Djaudar naye aliondoka akaenda kitandani kwake. Alipopata usingizi mzito, wote watano walimvamia, wakamziba mdomo, wakamfunga mikono, wakambeba nje usiku wa manane. Wale mabaharia walimbeba mpaka Suez ambako walimfunga mnyororo miguuni.

Kwa muda wa mwaka mzima, walimfanyisha kazi kama mtumwa katika moja ya merikebu za yule nahodha. Hayo ndiyo yaliyomsibu Djaudar.

Asubuhi ya pili wale kaka zake wawili walimwendea mama yao, wakamuuliza kama Djaudar kesha amka au la.

"Bado amelala," aliwajibu. "Nendeni mkamwamshe."

"Amelala wapi?" walimuuliza.

"Amelala na wale wageni wa jana usiku," aliwajibu.

"Mbona hamna mtu mle chumbani?" waliuliza wakijifanya hawajui lolote. "Labda amekwenda nao wakati tumelala. Inaonekana mdogo wetu amekuwa na tabia ya kuzitembelea nchi za ughaibuni kufungua hazina zilizofichika! Jana usiku nilimsikia akiongea na wale wageni wakimwambia, 'tutakuchukua ukatufungulie hiyo hazina."

"Lakini ni lini alikutana nao?" aliuliza mama yao.

"Si walikula nasi chakula jana usiku?" Walimjibu.

Djaudar Akiwa Amefungwa kama Mtumwa

"Inawezekana labda amekwenda nao," alisema mama yao. "Lakini Allah atamwongoza popote aendapo, kwani amezaliwa chini ya nyota ya jaha. Insha-Allah atarudi na utajiri mwingine."

Baada ya kutamka maneno hayo, yule mama aliangua kilio, kwani hakustahamili kutengana na mwanawe mdogo.

"Mwanamke mwovu we!" wale wanawe wawili walimfokea mama yao. "Unampenda zaidi mdogo wetu? *Sisi* tukienda popote au tukirejea, hufurahi wala hutokwi hata na tone moja la chozi. Kwani sisi si wanao kama yeye?"

"Ndiyo, nyinyi ni wanangu," aliwajibu. "Lakini nyinyi ni waovu msiokuwa na shukrani hata kidogo! Toka baba yenu afariki, sijapata faida wala raha yoyote kutoka kwenu. Lakini Djaudar, toka utotoni alikuwa mtoto mwema na mwenye huruma kwangu. Anastahili machozi yangu, kwani ni yenye ndiye atutunzaye."

Maneno haya yaliwachoma moyo, wote wawili wakamtukana mama yao na kuanza kumpiga. Halafu waliingia ndani wakapekuapekua mpaka wakaiona ile mifuko miwili. Walichukua ile dhahabu na vito vyote vilivyokuwa mle ndani ya ule mfuko wa pili wakisema, "Hii ni mali ya marehemu baba yetu."

"Kwa jina la Mwenyezi Mungu, si kweli," mama yao aliapa. "Ni mali ya mdogo wenu. Djaudar alikuja nayo kutoka katika nchi ya yule Mmaghribina."

"Mwongo!" walimpigia kelele. "Ni mali ya marehemu baba yetu, tutaichukua na kuitumia tupendavyo."

Waligawana ile dhahabu na vile vito. Lakini walizozana juu ya ule mfuko utoao vyakula.

"Nitauchukua mimi," alisema Salim.

"La, nitauchukua mimi," alipinga Saliim.

"Wanangu," alisihi mama yao, "mmegawana dhahabu na vito vilivyokuwamo ndani ya mfuko wa kwanza. Huo mfuko wa pili ni wa thamani sana usioweza kugawanyika. Ukipasuliwa vipande viwili, uwezo wake wa kutoa chakula utakwisha. Niachieni mimi nami nitawatolea chakula chochote mkitakacho. Mimi nitaridhika na chakula kidogo tu. Kwa dhahabu na hivyo vito mlivyogawana, kafanyieni biashara kama wafanyabiashara wema. Nyinyi ni wanangu nami ni mama yenu. Tuishini vizuri kwa amani na utulivu msije mkaaibika wakati mdogo wenu atakaporudi."

Lakini hawakumsikiliza mama yao, bali walizidi kubishana usiku kucha juu ya ule mfuko. Ilitukia kuwa mkuu mmoja wa walinzi wa mfalme alikuwa akistareheshwa katika nyumba ya jirani ambamo, dirisha lake lilikuwa wazi. Akiliegemea lile dirisha, yule mkuu alisikia yale maneno ya hasira baina ya wale ndugu wawili, akajua sababu ya ugomvi wao. Asubuhi ya pili alimwendea mfalme Shams-al-Dowlah, mfalme wa Misri, akamwarifu yote yale aliyoyasikia. Mfalme mara moja alituma askari wakawakamate ndugu zake Djaudar, akawatesa mpaka wakaungama. Mfalme akachukua ile mifuko mwili, akawatia korokoroni wale ndugu wawili, lakini akamwandikia mama yao masurufu ya kila siku ya kumwezesha kuishi. Hayo ndiyo yaliyohusu ndugu hao wawili na mama yao.

Tukirejea kwa Djaudar, baada ya kufanya kazi ngumu kwa muda wa mwaka mmoja kule Suez, siku moja ile merikebu alimokuwamo ilitweka tanga, ikasafiri baharini. Ghafla palizuka upepo mkali, mawingu kama mlima yakapanda juu, yakaipeperusha ile merikebu mpaka kwenye mwamba, ikavunjika vipandevipande. Kwa bahati nzuri, Djaudar peke yake ndiye aliyesalimika. Aliogolea kwa muda, mwisho alifika ufukweni, akasafiri nchi kavu, mpaka akafika kwenye kambi ya mabedui. Walimuuliza yeye ni nani na anatoka wapi, naye akawasimulia kisa chake chote toka awali hadi ahiri.

Pale kambini palikuwa na mfanyabiashara mmoja kutoka Jiddah aliyemwonea huruma, akamwambia, "Je, Mmsiri utanifanyia kazi mimi? Nitakupatia nguo na utaongozana nami mpaka Jiddah."

Djaudar alikubali kumfanyia kazi yule mfanyabiashara, akaongozana naye mpaka Jiddah alikokaribishwa kwa ukarimu mkubwa. Baada ya muda, tajiri wake alifunga safari kwenda kuhiji Makkah na Djaudar akaongozana naye. Walipowasili, Djaudar alijiunga na mahujaji, akazuru Kaaba. Wakati akizuru na kufanya ibada ghafla bila kutazamia, alikutana na yule rafiki yake Abdul Samad, Mmaghribina naye akihiji! Waliamkiana vizuri na kujuliana hali. Djaudar alilia wakati akimsimulia yote yaliyomsibu.

Yule rafiki yake alimchukua kwake, akamvisha lebasi nzuri zaidi na joho la thamani la heshima, akamwambia, "Matatizo yako yamekwisha sasa, Djaudar."

Mara ileile alichukua fumba la mchanga ardhini, akataka kujua yaliyompata Salim na Saliim kwa kutazama lile tufe la glasi, akamtangazia Djaudar, "Kaka zako wametiwa korokoroni na mfalme wa Misri. Lakini mimi nakukaribisha hapa mpaka utakapomaliza kuhiji kwako. Insha-Allah, yote yatakuwa mema na mazuri."

"Seyyid yangu," alisema Djaudar, "kwanza ni lazima niende nikamuage tajiri wangu aliyenileta hapa halafu nitakuja kwako moja kwa moja."

"Anakudai chochote?" aliuliza yule Mmaghribina.

"La," alijibu Djaudar. "Hanidai chochote."

"Basi nenda, ukamuage," alisema yule rafiki yake. "Watu wasisahau mema waliyotendewa na wema."

Djaudar alimtafuta yule tajiri wake Mbedui mwema aliyemwajiri, akamtaarifu kuwa amekutana na rafiki yake wa zamani waliyepoteana siku nyingi.

"Nenda ukamlete hapa ale nasi," alipendekeza tajiri wake.

"Si lazima," alijibu Djaudar. "Yeye ni tajiri wa kutosha, mwenye watumishi wengi."

"Basi, chukua hizi," alisema yule mfanyabiashara, akimkabidhi dinari ishirini, "na uniondolee lawama yoyote."

Djaudar alimuaga, akaenda zake. Njiani alikutana na maskini akampa zile dinari ishirini. Alipokutana na yule Mmaghribina, akakaa naye mpaka mahujaji walipomaliza kuhiji. Wakati wa kuagana ulipowadia, yule Mmaghribina alimpa Djaudar ile pete aliyoitoa katika ile hazina ya Al-Shamardal, akamwambia, "Pete hii itakupatia chochote unachokihitaji. Inahudumiwa na jini aitwaye Ngurumo ya Radi kama nilivyokwambia. Ukihitaji chochote isugue na mara hiyohiyo atatokea kutekeleza chochote ukitakacho."

Yule Mmaghribina aliisugua ile pete mbele ya Djaudar, na mara ileile jini alitokea akisema, "Niko haadhiri, bwana wangu! Uliza ulitakalo na litatekelezwa mara moja. Je, unataka kulijenga upya jiji lililoteketea au unataka uliangamize jiji fulani la wakazi wengi? Unataka kumuua mfalme fulani au unataka kuliangamiza jeshi fulani? Sema!"

"Ngurumo," alisema yule Mmaghribina, "toka sasa huyu ndiye atakayekuwa bwana wako, mhudumie ipasavyo!"

Alimpa ruhusa yule jini, halafu akamwambia Djaudar, "Rudi kwenu na uitunze vizuri hii pete. Usiidharau, kwani sihiri yake itakuwa nguvu dhidi ya maadui zako wote."

"Kwa idhini yako," alijibu Djaudar, "nitaondoka sasa hivi kurudi kwetu."

"Basi isugue pete," alisema yule Mmaghiribina, "na jini litakubeba mpaka kwenu."

Baada ya kumshukuru sana, Djaudar alimuaga yule rafiki yake mfadhili, akaisugua ile pete. Mara ileile lile jini lilitokea.

"Nichukue mpaka Misri wakati huu wa sasa," alimwamrisha.

"Nimesikia na natii," Ngurumo lilijibu. Lile jini lilimbeba Djaudar mgongoni, likapaa naye angani. Usiku likamtua uani kwa mama yake, likatoweka.

Djaudar alimwendea mama yake akamuuliza yaliyojiri. Yule mama, akitoka machozi, alimwarifu jinsi mfalme alivyowatesa kaka zake, akawatia korokoroni, na akawanyanganya ile mifuko miwili.

"Usihuzunike juu ya jambo hilo," Djaudar alimjibu. "Utaona nitakalofanya, nitawarudisha kaka zangu sasa hivi."

Aliisugua ile pete, na lile jini lilitokea tena, likasema, "Niko hapa, bwana wangu! Uliza na utapatiwa ulitakalo."

"Nakuamuru," alisema Djaudar, "uende ukawatoe kaka zangu katika jela ya mfalme, uwalete hapa sasa hivi."

Lile jini lilitoweka ardhini na, kufumba na kufumbua macho, lilitokea tena ardhini kule korokoroni walikofungwa Salim na Saliim, kaka wawili wa Djaudar. Walikuwa wakiomboleza wakisema ni heri wangekufa kuliko kuishi vile mle korokoroni.

Walipoona ardhi ikifunguka na lile jini likitokea, wale ndugu wawili walizimia kwa woga. Hawakupata fahamu mpaka walipojikuta nyumbani kwa mama yao ambako walimkuta na Djaudar ameketi na mama yao.

"Shukrani kwa Mola kuwa mko salama, kaka zangu!" alisema Djaudar walipopata fahamu. "Nimefurahi kuwaona tena."

Salim na Saliim waliinamisha vichwa vyao kwa aibu, wakaanza kulia.

"Msilie," alisema Djaudar. "Ni shetani na tamaa ndivyo vitu vilivyowafanya mnitendee yale mliyonitenda. Mliwezaje kuniuza mimi ndugu yenu? Lakini nikifikiria yaliyomsibu Nabii Yussuf najifariji, kwani yeye alitendewa na kaka zake mabaya zaidi. Kwani wao walimtumbukiza kisimani kwa madhumuni ya kumuua! Hata hivyo, msijali mwombeni msamaha Mwenyezi Mungu: atawasamehe kama ninavyowasamehe mimi. Na sasa karibuni hakuna lolote baya litakalowapata."

Basi, aliwafariji mpaka nyoyo zikawayeyuka, wakapumzika. Halafu aliwasimulia yote yaliyompata yeye toka awali mpaka alipokutana tena na yule Mmaghribina na kupewa kwake ile pete.

"Tusamehe, ndugu yetu," walimwomba radhi. "Kama tukirudia tena uovu wetu, tuadhibu upendavyo."

"Sahauni yaliyopita," aliwajibu. "Niambieni yale mliyotendewa na mfalme."

"Alitupiga na kututisha," walimwarifu. "Na alitunyang'anya ile mifuko miwili."

"Naapa wallahi," alisema Djaudar, "atajuta kwa kitendo hicho." Mara ileile aliisugua ile pete.

Kuliona lile jini, wale ndugu wawili walitishika, wakifikiri mdogo wao ataliamrisha liwaadhibu. Walijitupa miguuni pa mama yao wakimlilia, "Mama tulinde! Tunakusihi, ingilia kati Djaudar asitudhuru!"

"Msitishike, wanangu," aliwajibu.

"Nakuamuru," Djaudar aliliambia lile jini, "nenda ukaniletee mali yote iliyomo katika hazina ya mfalme. Kaniletee pia na ile mifuko miwili ambayo mfalme aliwanyang'anya kaka zangu. Usiache chochote humo!"

"Nimesikia na natii," lilijibu lile jini.

Lilitoweka na mara lilirudi huku limebeba hazina nzima ya mfalme na ile mifuko miwili.

"Bwana wangu," lilitamka, "sikubakisha chochote mle ndani ya hazina ya mfalme."

Djaudar alimkabidhi mama yake ule mfuko wa vito, na yeye mwenyewe aliushika ule mfuko mwingine utoao vyakula. Halafu aliliambia lile jini, "Nakuamrisha usiku huu huu unijengee kasri zuri ajabu na ndani ulipambe kwa dhahabu na vito mbalimbali. Kila kitu kiwe tayari kesho alfajiri."

"Matakwa yako yatatekelezwa," lilijibu lile jini, likatoweka ardhini.

Djaudar alikaa, akala karamu na jamaa zake. Waliposhiba, walikwenda zao kulala. Wakati huo Ngurumo aliwaita majini wenzake akawaambia walijenge lile kasri. Kabla ya kupambazuka, lile kasri lilisimama wima likinawiri kwa uzuri. Kila kitu kilipokuwa tayari, lile jini lilimwendea Djaudar, likamwambia, "Bwana wangu, kazi imekamilika. Je, uko tayari kwenda kulikagua kasri lako?"

Djaudar aliongozana na lile jini huku akifuatana na mama yake na kaka zake kwenda kuliona lile jengo na walishangaa sana kuona jinsi lilivyokuwa zuri. Djaudar alifurahi sana alipoliona limesimama wima na kwamba halikumgharimu hata ndururu moja.

"Je, ungependa kuishi humu ndani ya kasri hili?" Djaudar alimuuliza mama yake.

"Hakika, mwanangu!" alimjibu huku akimmiminia dua nyingi.

Djaudar aliisugua tena ile pete, na mara lile jini lilitokea likisema, "Niko hapa, bwana wangu."

"Nakuamrisha," alisema Djaudar, "ukaniletee wajakazi weupe arobaini, na wajakazi weusi arobaini, watumwa vijana arobaini weupe, na matoashi weusi arobaini."

"Nimesikia, na natii," lile jini lilijibu.

Mtumwa wa ile pete alitoweka akiongozana na majini wenzake arobaini hadi Bara Hindi, Sind, Ajemi na Afrika. Baada ya muda, walirudi na ile idadi ya watumwa walioagizwa na Djaudar. Lile jini liliwasimamisha sambamba kwenye mstari ili bwana wao awakague.

"Sasa mletee kila mmoja wao joho la thamani avae," alisema Djaudar, "na lebasi nzuri kwa ajili ya mama yangu, kaka zangu na mimi mwenyewe."

Lile jini liliwaletea zile nguo likawavisha wale wajakazi. "Huyu hapa ndiye bibi yenu," lile jini liliwaambia wale wajakazi likimaanisha mama Djaudar. "Mbusuni mkono mumtii. Mhudumieni vizuri - nyinyi nyote: weusi na weupe."

Liliwavisha pia wale watumwa wa kiume. Mwisho, wale ndugu watatu walivalia lebasi zao. Djaudar alipovaa lebasi yake, alionekana kama mfalme wakati Salim na Saliim wakifanana na mawaziri. Kwa kuwa kasri lake lilikuwa kubwa ajabu, sehemu kubwa Djaudar aliwapa kaka zake wakae humo wakihudumiwa na watumwa na watumishi, wakati yeye na mama yake wakikaa ile sehemu muhimu. Basi, kila mmoja wao aliishi kama Sultani katika ile sehemu yake.

Asubuhi ya pili mtunza hazina wa mfalme alikwenda huko kuchukua fedha. Alipoingia ndani, aliona ni tupu! Alipiga kelele, akaanguka chini, akazimia. Alipopata fahamu, alimkimbilia mfalme Shams-al-Dowlah, huku akilia, "Amiri wa Waumini, hazina yako i tupu! Kila kilichokuwa ndani kimetoweka jana usiku!"

"Mbwa, we," alifoka mfalme, "umeifanya nini hazina yangu?"

"Wallahi, sikuifanya lolote wala sijui jinsi ilivyoibwa, Seyyid yangu" alijibu. "Jana usiku nilipokuwa huko ilikuwa imejaa, lakini leo asubuhi nimekuta masanduku yote ni matupu. Ajabu ni kwamba kuta hazikubomolewa wala kufuli hazikuvunjwa. Haiwezekani kuwa mwizi aliingia humo."

"Na ile mifuko miwili," aliuliza mfalme kwa hasira, "pia imekwenda?"

"Ndiyo," alijibu mweka hazina. "Imekwenda pia!"

Akipandisha ghadhabu, mfalme alinyanyuka, akamwamrisha yule mzee mweka hazina amfuate, wakaelekea haraka kwenye hazina, ambako aliikuta ni tupu.

"Ni nani aliyethubutu kuniibia?" mfalme aliuliza kwa mastaajabu makubwa na kwa ghadhabu. "Hakuogopa adhabu yangu?"

Akifoka kwa hasira huku akitokwa mapovu mdomoni, mfalme alitoka mle haraka, akakusanya wanamajilisi yake. Jemadari wa jeshi lake aliposikia jinsi mfalme alivyo na hasira, alifanya haraka kumwendea, kila mmoja akiogopa ghadhabu zake.

"Mjue," alifoka mfalme kwa hasira, "kuwa hazina yangu imeibwa usiku. Yule aliyethubutu kuniibia ni lazima atiwe mbaroni aletwe mbele yangu!"

"Imetokeaje?" wakuu waliuliza kwa mshangao huku wakiogopa.

"Muulizeni mweka hazina huyu," alipiga kelele mfalme akielekeza kidole chake kwa yule mweka hazina yake.

"Jana masanduku yote yalikuwa yamejaa," alisema mweka hazina. "Leo nimeyakuta matupu japokuwa kuta za hazina hazikutobolewa, wala mlango haukuvunjwa."

Wanamajilisi walistaajabu kusikia kauli hiyo, wakashindwa na la kusema. Wakati wamesimama hivyo kimya mbele ya mfalme, aliingia yule mkuu aliyewasema Salim na Saliim.

"Seyyid yangu," alisema, "usiku kucha nimekuwa nikiona jinsi idadi kubwa ya waashi walivyokuwa wakijenga kasri. Alfajiri walikamilisha kujenga kasri la ajabu. Nilipouliza, nikaarifiwa kuwa limejengwa na mtu aitwaye Djaudar, ambaye alirejea majuzi kutoka ughaibuni akiwa na utajiri usio na kifani pamoja na idadi kubwa ya watumwa na watumishi. Nimeambiwa pia kuwa amewatoa kaka zake korokoroni na sasa amekaa katika kasri lake kama Sultani."

"Nendeni haraka mkaiangalie jela!" mfalme aliamrisha kwa sauti ya hasira.

Wale waliokuwapo pale walikwenda haraka kuangalia. Walipoingia ndani, hawakuwaona wale wafungwa ndugu wawili. Walirudi upesi wakamwarifu mfalme.

"Sasa nimemjua adui yangu," alisema mfalme kwa mshangao. "Yule aliyewatoa Salim na Saliim jela ndiye aliyeiba hazina yangu."

"Ni nani huyo, Seyyid yangu?" aliuliza waziri mkuu.

"Mdogo wao Djaudar," alijibu mfalme. "Na ndiye aliyechukua ile mifuko miwili pia. Waziri, upesi peleka mkuu wa wanajeshi na askari hamsini waende wakaiteke mali yake yote na kuwaleta wote watatu hapa mbele yangu, umesikia? Haya, haraka!"

"Usifanye haraka, Seyyid yangu" alishauri waziri kwa sauti ya utulivu. "Mwenyezi Mungu mwenyewe hafanyi haraka wakati umati wake usipomtii! Mtu aliyeweza kujenga kasri kubwa kwa usiku mmoja hawezi kufikiriwa kuwa ni mtu wa kawaida. Hakika, namwogopa huyo mkuu unayemtuma. Kwa hiyo, uwe na subira mpaka nitakapopata njia ya kujua ukweli, kwani subira huvuta heri. Hapo ndipo utakapowashughulikia hawa wahalifu kama hivyo unavyotaka."

"Niambie basi la kufanya," alitamka mfalme.

"Nakushauri, Seyyid yangu," alijibu waziri, "mtume mkuu mmoja aende akamwalike aje hapa katika kasri lako. Atakapofika, nitaongea naye kirafiki na kujua habari zake. Baadae tutajua la kufanya. Kama kweli ni mtu mwenye nguvu, tutatafuta njia nyingine dhidi yake. Kama ni mwizi wa kawaida tu, unaweza kumkamata na kumfanya upendavyo."

"Basi mtume mtu mmoja aende akamwalike," alisema mfalme.

Waziri alimwamrisha mtumishi mmoja anayeitwa Othman aende kwa Djaudar akamwarifu kuwa mfalme anamwalika kwenye kasri lake.

"Na usirudi bila yeye," alifoka mfalme.

Yule mkuu aliyetumwa alikuwa mtu mwenye kiburi sana. Alipofika kwenye kasri la Djaudar, alimkuta towashi mmoja ameketi nje kwenye lango la kasri kama mlinzi. Othman alimshuka farasi wake. Wakati akifanya hivyo, yule towashi aliendelea tu kuketi pale kwenye kiti chake bila kumjali yule mkuu, japokuwa alikuja na askari hamsini waliosimama wima nyuma yake.

Waziri Akimwamkia Towashi Jini Mbele ya Kasri

"Mtumwa, bwana wako yuko wapi?" Othman aliuliza kwa karaha.

"Yumo ndani," alijibu yule towashi bila kuondoka pale kitini wala kumtazama yule mkuu.

"Mtumwa usiye na adabu we," alisema Othman kwa hasira, "unawezaje kukaa hapo wakati naongea nawe?"

"Funga mdomo wako na nenda zako!" alijibu yule towashi.

Kusikia kauli ile, yule mkuu alipandisha hasira, akanyanyua rungu la chuma alilokuwa nalo, akaelekea kwa yule towashi eti ampige nalo, kwani hakujua kuwa yule alikuwa ni jini.

Alipoona yule mkuu anamfuata wanguwangu kwa hasira, yule towashi alinyanyuka, akamvamia Othman, akamnyang'anya lile rungu, akambwaga chini, akampiga nalo mara nne! Walipoona jinsi mkuu wao anavyoadhibiwa, wale askari hamsini, alifuta panga zao alani, wakamwendea yule towashi.

"Mnanitolea mimi panga, nyinyi mbwa!" yule towashi aliwapigia kelele. Aliwaendea, akaanza kuwashambulia na kuwajeruhi vibaya wote! Wale askari, walipoona jinsi wanavyoadhibiwa kwa wepesi usiokisika, walikimbia bila kusimama mpaka walipofika mbali. Yule towashi aliketi tena mahali pake kana kwamba hakuna lolote lililotokea.

Othman alipowasili kwenye kasri la mfalme, alimweleza mfalme yote yaliyotokea na jinsi walivyopigwa na yule mlinzi wa Djaudar.

"Watume askari mia dhidi yake!" alipiga kelele mfalme huku hasira zimepanda bila kiasi.

Askari mia walipelekwa kule kwenye kasri la Djaudar. Walipolikaribia, yule towashi aliwarukia akiwa na lile rungu la chuma, akawatwanga nalo vizuri, akawajeruhi vibaya, wakakimbia! Waliporudi kwa mfalme, walimsimulia yaliyojiri.

"Tuma askari mia mbili!" alifoka mfalme.

Na wao waliporudi huku wamevunjika viungo, mfalme alimpigia kelele waziri wake, "Nenda wewe mwenyewe na askari mia tano ukaniletee mara moja huyo towashi pamoja na bwana na wale kaka zake!"

"Seyyid yangu," alijibu waziri aliyekuwa mtu wa busara. "Mimi sihitaji jeshi. Ni kheri niende peke yangu bila silaha yoyote."

"Fanya unavyotaka," alisema mfalme huku, kwa hasira, kavimba uso kama bunju! "Kaniletee wote hao!"

Yule waziri aliweka silaha yake, akavaa lebasi nyeupe, akachukua tasbihi mkononi, akaelekea peke yake kwa Djaudar bila kuongozana na mtu yeyote. Alipofika, alimkuta yule towashi ameketi karibu na lango la kasri. Alimwendea, akakaa karibu yake kwa heshima, akamwamkia, "Assalaam aleykum!"

"Aleykum Salaam, mwanadamu," alijibu yule towashi. "Unataka nini?"

Aliposikia akiitwa mwanadamu, waziri alitambua kuwa yule si mwanadamu bali ni jini akaanza kutetemeka.

"Je, bwanako yuko?" aliuliza.

"Yumo ndani," yule towashi jini alijibu.

"Bwana," alisema waziri, "tafadhali nakuomba uende ukamwambie kuwa mfalme Shams-al-Dowlah anatuma salamu zake na anamwomba amfanyie heshima ya kuhudhuria karamu katika kasri lake."

"Subiri hapa wakati nikienda kumwarifu," alijibu yule towashi jini.

Waziri alisubiri kwa unyenyekevu wakati yule towashi akiingia ndani.

"Bwana wangu," yule towashi alimwambia Djaudar. "Leo asubuhi mfalme alituma mtu moja akiongozana na askari hamsini. Alifanya ufedhuli, nikampiga akakimbia na askari wake. Halafu alituma askari wengine ambao nao niliwatwanga halafu alituma mia mbili ambao nao, niliwatia adabu. Sasa amemtuma waziri wake bila silaha wala askari kukualika kwenye kasri lake kama mgeni wake. Nimjibuje?"

"Kamlete," alijibu Djaudar.

Yule towashi alimwongoza waziri mpaka ndani ya lile kasri alimomwona Djaudar ameketi kwenye kochi ambalo hata mfalme wake hana. Alizidi kustaajabu alipoona uzuri na mapambo ya mle ndani ambayo yeye waziri, akijilinganisha, alijiona kama ni fukara!

Waziri aliibusu sakafu ya marumaru miguuni pa Djaudar, akaanza kumwombea Mungu ampe afya na umri mrefu.

"Ni nini kilichokuleta, waziri?" Djaudar aliuliza.

"Seyyid yangu," alijibu, "rafiki yako, mfalme Shams-al-Dowlah, anakusalimu sana. Baada ya salamu, anakuomba umtembelee na uhudhurie karamu katika kasri lake. Utamfanyia heshima kubwa ukikubali mwaliko wake."

"Kwa kuwa ni rafiki yangu," alijibu Djaudar, "mpe salamu zangu na mwambie kwanza yeye aje anitembelee mimi hapa kwangu kabla sijakwenda kwake."

"Insha-Allah, itakuwa hivyo unavyosema, Seyyid yangu," alijibu waziri.

Kabla waziri hajaondoka, Djaudar aliisugua ile pete, akaliagiza lile jini limletee joho la thamani. Lilipomletea, alimkabidhi yule waziri, akamwambia alivae, aende akamwarifu mfalme yale aliyomwambia.

Waziri alilivaa lile joho ambalo mfano wake bado alikuwa hajalivaa wala hajaliona, akarejea kwa mfalme. Akamweleza yote aliyoyaona akiongeza chumvi juu ya uzuri wa yale yaliyokuwamo ndani ya lile kasri la Djaudar.

Mfalme aliwaamrisha majemadari wake wapande farasi wao na yeye mwenyewe alipanda wake, wakaelekea kwenye kasri la Djaudar.

Huko nyuma Djaudar aliisugua ile pete, akaliambia lile jini la pete, "Nataka uniletee jeshi la majini wenye umbo la binadamu, uwapange mbele ya kasri langu ili, mfalme atakapokuja, astaajabu na kutambua kuwa nina nguvu kuliko yeye."

Mara ileile, pale mbele ya kasri, palitokea walinzi mia mbili wenye nguvu, waliovalia kijeshi wenye silaha mkononi. Mfalme alipofika na kuona lile jeshi, moyo ulimtetemeka kwa woga. Alingia ndani, akamkuta Djaudar ukumbini, ameketi kwenye kochi, akizungukwa na utajiri usio na kifani. Alimwamkia na kumwinamia kwa heshima. Lakini Djaudar hakumnyanyukia wala hakumkaribisha aketi. Mfalme alizidi kuingiwa na hofu na, katika ile hali aliyokuwamo, hakujua aketi au atoke nje.

"Kama angeniogopa," alifikiri, "angenionyesha heshima. Je, amenialika hapa kuwalipia kisasi kaka zake?"

"Seyyid yangu," mwisho Djaudar alisema, "je ni haki mfalme kuwaadhibu na kuwanyanyasa raia zake na kuwanyang'anya mali yao?"

"Samahani, bwana," alitamka mfalme kwa unyenyekevu. "Uchoyo, na bahati mbaya ndiyo iliyonifanya niwakosee kaka zako. Kama watu hawafanyi makosa, duniani kusingekuwa na msamaha."

Mfalme aliendelea kuomba radhi kwa unyenyekevu kwa njia hiyo mpaka Djaudar akasema, "Mwenyezi Mungu atakusamehe," akamtaka aketi. Halafu Djaudar alimvisha mfalme joho la amani, akawaambia kaka zake waandae karamu maalumu. Walipomaliza kula, aliwatunukia wafuasi wa mfalme majoho ya heshima na zawadi nzurinzuri. Mfalme aliridhika, akaondoka, akaenda zake.

Toka siku hiyo, mfalme akawa anamtembelea Djaudar kila siku akiendesha shughuli zake katika kasri lake. Urafiki wao ulizidi kuimarika na ukaendelea. Siku moja mfalme alimwambia waziri wake, "Naogopa huenda Djaudar akaniua na kuuteka ufalme wangu."

"Usiliogope hilo, Seyyid yangu," alijibu waziri. "Djaudar hawezi hata kidogo kufanya jambo kama hilo. Utajiri na nguvu aliyo nayo ni kubwa zaidi kuliko ufalme wa mfalme yoyote. Na kama unaogopa atakuua, mwoze binti yako ili muungane kijamii mpaka kufa."

"Basi wewe mshawishi na ulishughulikie jambo hilo," alipendekeza mfalme.

"Kwa furaha, Seyyid yangu," alijibu waziri. "Mwalike aje katika kasri lako ili jioni hiyo tuwe pamoja katika sebule moja. Siku hiyo binti yako avalie vizuri na ajipambe kwa vito vya thamani, apite mlangoni karibu yetu. Djaudar atakapomwona, bila shaka atavutiwa naye. Akiuliza, mimi nitamwinamia na kumnong'oneza huyo ni nani. Nitamsifia binti yako na kumshawishi ampose. Akimwoa, uhusiano wenu utathibitika na akifa, sehemu kubwa ya utajiri wake itakuwa ni yako."

"Umesema vizuri, waziri wangu," alisema mfalme.

Basi, mfalme aliandaa karamu rasmi kwa ajili ya Djaudar, akamwalika. Djaudar alifika, wakaketi pamoja, wakala katika sebule kubwa iliyopambawa vizuri.

Mfalme alikwisha mwambia malkia ampambe vizuri binti yao, na apite naye pale mlangoni karibu yao. Malkia alifanya kama alivyoamriwa na mfalme, akapita na binti yao. Djaudar alipomwona yule msichana, alishtuka kwa uzuri wake, akabadilika rangi ya uso, akavuta pumzi, akawa kapigwa na bumbuazi!

"Ni matumaini yangu kuwa huna lolote, Seyyid yangu," alinong'oneza waziri. "Mbona nakuona umebadilika hivyo?"

"Yule msichana," Djaudar aliuliza kwa sauti ya chini, "ni nani?"

Binti Mfalme Akipita

"Ni binti wa rafiki yako, mfalme," alijibu waziri. "Kama umempenda, nitamuuliza kama atakuoza."

"Tafadhali, fanya hivyo waziri," alisema Djaudar, "na nitakutuza vizuri! Akikubali kunioza, nitampa mfalme mahari yoyote atakayodai, na sisi wawili tutakuwa marafiki na uhusiano wetu utaimarika zaidi."

"Insha-Allah, utamwoa," alijibu waziri.

Akimgeukia mfalme, waziri alimnong'oneza, "Seyyid yangu, rafiki yako Djaudar amevutiwa na binti yako na anataka kumwoa binti yako Asiah. Tafadhali kubali poso lake ninalokuletea kwa niaba yake. Yuko tayari kukupa chochote ukitakacho kama mahari yake."

"*Maqbul* nimeshapokea mahari," alijibu mfalme. "Nampa binti yangu. Akimkubali, kwangu litakuwa ni jambo la heshima."

Siku ya pili mfalme alikusanya wazee wa majilisi yake na mbele ya *Sheikh al-Islam,* Djaudar alimwoa binti mfalme. Alimtunukia mfalme mfuko wa dhahabu na vito chungu nzima kama ndiyo mahari ya binti yake. Mkataba wa ndoa uliandikwa mbele ya hadhara ya wanamajilisi waliofurahia sana jambo lile. Djaudar na mfalme waliishi pamoja kwa amani kwa muda wa miezi kadhaa. Mfalme alipofariki, wanajeshi na raia walimchagua Djaudar kuwa mfalme wao. Kwanza Djaudar alikataa, lakini waliposisitiza, alikubali akavikwa taji la ufalme. Kwa kumbukumbu ya mfalme, aliujenga msikiti mkubwa pale alipozikwa mkwe wake, mfalme Shams-al-Dowlah, akaupamba vizuri. Kasri la Djaudar lililokuwa kwenye sehemu ya Wayemeni, likaitwa "Djaudariyah."

Djaudar aliwafanya kaka zake mawaziri wote watatu wakaishi kwa amani kwa muda wa mwaka mmoja. Lakini kama isemwavyo mwanadamu haridhiki. Kwani, baada ya miezi kumi na miwili, siku moja Salim alimwambia Saliim, "Mpaka lini tutakuwa kama hivi tulivyo? Tutaumaliza umri wetu wote kama watumishi wa Djaudar? Hatutaonja furaha ya utawala wakati Djaudar akiwa hai. Hatuwezi kumuua na kuichukua ile pete na ule mfuko?"

"Wewe una akili kuliko mimi," Saliim alimjibu. "Fanya mpango wa kumwangamiza."

"Nikifanya mpango wa kumuua," alisema Salim, "utakubali niwe mfalme nawe uwe waziri mkuu? Je, utakubali kuuchukua ule mfuko utoao vyakula na kuniachia mimi ile pete?"

"Nakubali," alijibu Saliim.

Kwa ajili ya tamaa ya utawala na utajiri, wale ndugu wawili walifanya mpango wa kumuua mdogo wao. Siku moja walimwendea, wakamwambia, "Ndugu yetu, utatufanyia heshima ya kuja kula nasi jioni ya leo?"

"Nije kwa nani?" aliuliza Djaudar bila kushuku lolote.

"Njoo kwangu," alijibu Salim. "Baadae utakwenda kwa Saliim."

"Vizuri," alikubali Djaudar.

Akiongozana na Saliim, Djaudar alikwenda kwa kaka yake Salim ambako alitiliwa sumu kwenye chakula. Mara tu alipomeza tonge la kwanza, mwili mzima ulimharibika, akaanguka chini akafa, nyama zikamdondoka mwilini, akabaki mifupa mitupu! Mara ileile Salim alinyanyuka, akaichomoa ile pete kidoleni mwa mdogo wake. Alipoona haitoki, alikikata kile kidole kwa kisu. Halafu aliisugua ile pete, lile jini likatokea likasema, "Niko hapa! Dai unachotaka!"

"Mchukue ndugu yangu huyu hapa ukamuue mara moja," aliamrisha Salim. "Kisha ibebe miili yote miwili, ukaitupe pale walipokusanyika majemadari na wanajeshi wakila chakula."

Lile jini lilimuua Saliim, likabeba maiti ya wale ndugu wawili, likawatupa katikati ya ukumbi wa kasri ambako majemadari walikusanyika wakila. Wakishangazwa kwa kuona maiti, na jinsi ile miili iivyokuwa, wale majemadari walinyanyuka kutoka pale walipokuwa wakila, wakalipigia kelele lile jini, "Ni nani aliyemuua mfalme na waziri wake?"

"Ndugu yao Salim," lilijibu.

Mara ileile Salim alitokea, akawaambia, "Kaeni mle, mtulize roho zenu. Mimi sasa ndiye bwana wa pete hii niliyoichukua kutoka kwa mdogo wangu Djaudar. Hili jini lililosimama mbele yenu ni mhudumu mwaminifu wa pete hii. Nimeliamru limuue ndugu yangu Saliim ili asije akafanya mpango wa kunidhuru mimi. Alikuwa ni msaliti niliyemwogopa asije akaniangamiza. Kwa kuwa Djaudar amekufa, mimi ndiye sasa mfalme wenu wa pekee. Mnakubali amri yangu na kunitii au mnataka niliamuru hili jini liwaue nyote sasa hivi?"

Wale majemadari walimjibu, "Tunakukubali na tunakutii."

Basi, Salim alitoa amri ndugu zake wazikwe, halafu aliitisha mkutano rasmi uliohudhuriwa na wanamajilisi wote. Wengine walikwenda kuzika, na wengine walihudhuria mkutano huo.

Alipoingia katika ukumbi, Salim alikaa kwenye kiti cha enzi akapokea kutoka kwa wazee hati za kumkabidhi yeye Ufalme wa nchi. Halafu akasema, "Na sasa nataka kumwoa mke wa mdogo wangu Djaudar."

"Hilo haliwezekani," walimjibu, "mpaka ule wakati wa ujane wake, ambao ni miezi minne na siku kumi, kwa kufuatana na sheria ya kiislamu, utakapokamilika."

Lakini Salim alifoka, "Sitaki kusikia hayo nitamwendea leo usiku!"

Kwa kumwogopa, wakawa hawana budi kutayarisha mkataba wa ndoa, wakatuma watu kwenda kumwarifu mjane wa Djaudar.

"Mwacheni aje," alisema binti mfalme.

Alipoingia ndani, binti mfalme alimkaribisha vizuri. Lakini alimtilia sumu katika kinywaji chake, akamuua.

Binti Shams-al-Dowlah aliichukua ile pete akapondaponda ili isitumiwe na mtu mwingine yeyote na ule mfuko utoao chakula akauchanachana, akatangaza kwa wazee na kwa Sheikh-al-Islam lililotokea, akawataka wamchague mfalme mwingine mpya.

*   *   *

Shahrazad alipomaliza kusimulia kisa hiki cha Djaudar na kaka zake, Dunyazad akasema, dada kusema kweli kisa hicho cha kusikitisha kilikuwa cha kusisimua sana. Ndipo Shahrazad alipomjibu kuwa kisa cha Ma'aruf na mke wake ni cha kusisimua zaidi na kwamba yuko tayari kuwasimulia kama Sultani Shahriyar atampa idhini. Sultani, ambaye siku zote amekuwa akimsikiliza kwa makini, na aliyevutiwa sana na visa alivyokuwa akivisimulia, alimwambia aendelee tu kuwasimulia. Shahrazad, kabla ya kuwasimulia kisa cha Ma'aruf na mke wake, kwanza aliwasimulia:

Kisa cha Mfanyabiashara, Binti yake na Mwana Mfalme wa Iraq

Mfanyabiashara mmoja, alianza Shahrazad, aliyekuwa tajiri sana, siku zote alikuwa na huzuni na masikitiko makubwa kwa sababu Mwenyezi Mungu hakumjaalia kupata mtoto wa kuurithi utajiri wake. Jambo hili lilimhuzunisha sana. Ikawa kila anapokwenda msikitini kuswali humwomba Mwenyezi Mungu amjaaliye apate mtoto. Jioni moja, baada ya swala ya magharibi, alisikia sauti ikimwambia, "Dua yako imekubaliwa na utapata mtoto wa kike, lakini jua kuwa, atakapotimiza umri wa miaka kumi na minne, atapata mimba. Ujue pia kuwa, liandikwalo na Mola ndilo liwalo."

Usiku uleule mke wa yule mfanyabiashara alishika mimba na baada ya miezi tisa, alijifungua mtoto wa kike mzuri ambaye alikua, akawa msichana mzuri wa kupendeza kwa sura na jamala. Wazazi wake walimwelimisha vizuri mpaka akahitimu.

Alipofikisha umri wa miaka kumi na mitatu, yule mtoto wa kike akawa hodari mpaka sifa zake zikaenea kote jijini. Baba yake akawa anajivunia binti yake kwa zile sifa alizokuwa akimiminiwa, lakini kwa wakati huohuo alikuwa na moyo mzito na wasiwasi mwingi kila alipokumbuka ule utabiri. Mwisho akaona ni heri akamwone Darwish mmoja mashuhuri aliyekuwa rafiki yake amshauri la kufanya na kama kuna uwezekano wowote wa kuweza kuuepuka ule utabiri. Yule Darwish hakumpa matumaini yoyote ya kuweza kuepuka liandikwalo na Mola. Hata hivyo alimshauri amchukue binti yake ampeleke kwenye nyumba moja iliyoko mbali, iliyozungukwa na milima pande zote na kusikofika watu.

Mlango wa pekee wa kuelekea kwenye nyumba hiyo iliyoko ndani ya mlima ni kupitia pango giza lililochimbwa mlimani linaloweza kulindwa na walinzi waaminifu.

"Huko," alisema yule Darwish, "anaweza kuupitisha ule mwaka uliobashiriwa akilindwa dhidi ya mtu yeyote. Lakini ujue kuwa mwanadamu hawezi kupambana na lililoandikwa na Mwenyezi Mungu. Kwa hiyo, jitayarishe kwa yale yatakayotokea, kwani liandikwalo, ndilo liwalo."

Yule mfanyabiashara alifuata ushauri wa yule rafiki yake Darwish na baada ya kumtayarishia kila kitu na kumfungashia kila namna ya vyakula na kumchagulia wajakazi na walinzi waaminifu, mfanyabiashara na yule Darwish waliongozana na yule mtoto wa kike kwa safari ndefu iliyowachukua mwezi mzima mpaka wakafika kule milimani, wakamficha yule mtoto wa kike ndani ya ile nyumba iliyokuwa milimani. Na wao, baada ya kupumzika kwa muda wa siku chache, walimuaga yule mtoto wa kike, wakaondoka wakarejea nyumbani.

Siku yule mtoto wa kike alipotimiza umri wa miaka kumi na minne, kulitokea jambo lililothibitisha kuwa, liandikwalo na Mola, ndilo liwalo na haliepukiki. Mwana mfalme mmoja wa Iraq aliyekuwa akiwinda, katika kumwandama mnyama mmoja, alipotea njia, akafika pale penye lile pango lililoelekea mle milimani kwenye ile nyumba alimofichwa yule binti wa mfanyabiashara na iliyokuwa ikilindwa na walinzi wawili wenye silaha.

Walipomwona yule kijana, wale walinzi walimpigia kelele asimame palepale alipo na arudi alikotoka. Mwana mfalme alimsimamisha farasi wake, na kwa sauti ya upole na ya kirafiki, aliwaomba wale walinzi wamsaidie akiwaambia kuwa amepotea njia na usiku ulikuwa ukiingia, na kwamba amechoka sana na angewashukuru kama watampatia chochote cha kula na mahali pa kupumzika usiku ule.

Wale walinzi walimwonea huruma, wakamkaribisha. Na kwa kuwa alionekana ni kijana mwenye heshima na adabu, hawakuona hatari yoyote ingetoka kwa kijana yule mmoja. Basi walimwongoza mle pangoni mpaka ile nyumba. Halafu walimwendea yule mtoto wa kike wakamwarifu kuwasili kwa yule mgeni. Yule msichana aliamrisha yule mgeni akaribishwe, atayarishiwe chumba maalumu, halafu yeye mwenyewe akahudhuria chakula alichoandaliwa yule mgeni, wakala pamoja.

Kujuana kwao kukawa ndio chanzo cha mapenzi na baada ya muda, yale yaliyobashiriwa yalitokea, kwani uhusiano wa vijana wale wawili uliendelea miezi. Mwisho mwana mfalme alikata shauri kurejea kwao. Alimuaga yule mtoto wa kike, akimwahidi kuwa, baada ya kuwaona wazazi wake, atarudi tena kuja kumchukua na kumwoa.

Wakati akirudi kwao, mwana mfalme alikutana na yule mfanyabiashara, baba wa yule mtoto wa kike, ambaye alikuwa akienda kumtembelea binti yake. Walisabahiana vizuri, wakaanza kuongea, kila mmoja akimuuliza mwenzake alikotoka. Mwana mfalme, ambaye hakujua kuwa yule anayeongea naye ni nani, alimsimulia mfanyabiashara yote yaliyotokea baina yake na yule msichana aliyemkuta kule milimani.

Yule mfanyabiashara alipojua kuwa jitihada zake zote za kumlinda binti yake zilishindikana, alibadili nia yake, akaenda, akamrudisha binti yake nyumbani, akiamini kuwa kweli liandikwalo na Mola ndilo liwalo.

Alipowasili kule alikomficha binti yake, alimkuta ni mja mzito. Kabla hawajawasili kwao, yule mtoto wa kike alijifungua mtoto wa kiume ambaye, ili kuficha siri na aibu ya binti yake, walimwacha yule mtoto katika hema dogo karibu na njia kuu, wakamwekea chini ya mto, idadi fulani ya fedha.

Ilitukia kuwa, msafara ulipita pale na kiongozi wao aliliona lile hema, akaenda kulitazama, akamwona yule mtoto, akamchukua. Kwa kuwa hakujaaliwa kupata watoto, alimlea mtoto kama mwanawe.

Mwana mfalme wa Iraq, baada ya kuwaona wazazi wake na ndugu zake, alikata shauri kwenda kumtembelea tena yule mtoto wa kike. Kwa mara nyingine tena alikutana na yule mfanyabiashara ambaye, kwa kufuata ombi la binti yake, walikuwa wakiongozana wakielekea Iraq. Mwana mfalme alifurahi kukutana na mpenzi wake, akafuatana nao mpaka nyumbani kwa mfanyabiashara, akamwoa yule mtoto wa kike, halafu akarudi naye kwao kama mke wake.

Yule mtoto wao, baada ya kufanya utafiti na kuuliza kila mahali, walimpata. Yule kiongozi wa ule msafara aliyemwokota na kumlea yule mtoto, alitunukiwa zawadi nzuri na ombi lake la kuishi katika kasri la mwana mfalme awe karibu na yule mtoto, lilikubaliwa, akawa ndiye mlinzi, mlezi na mwalimu wa yule mtoto aliyemwokota.

Kisa cha Ma'aruf na Mke Wake

Hapo kale, katika jiji la Qahira, katika nchi ya Misri, aliishi maskini mmoja mwema, mshona viatu aliyepata riziki yake kwa kutia viraka viatu vikuukuu vya watu. Jina lake lilikuwa Ma'aruf na alikuwa na mke aliyeitwa Fatimah, ambaye kwa tabia yake mbaya sana, alibandikwa jina la "Kinyesi."

Fatimah alikuwa si mtu wa kuona haya. Alikuwa ni mwanamke mwenye tabia mbaya sana ya kumtukana, kumsumbua na kumtesa mume wake kutwa kucha. Alikuwa, kama watu wasemavyo, na ulimi wa upanga aliyempa mume wake "pilipili hoho!" Kinyume ni mume wake Ma'aruf aliyekuwa mtu mwema, mkarimu, mwenye tabia njema, aliyejaribu sana kuepukana na tabia hiyo mbaya ya mke wake.

Mapato ya Ma'aruf kutwa, ambayo hayakuwa makubwa, kwa furaha, alimpelekea mke wake. Lakini kama hakufanikiwa kupata riziki yoyote, jioni alirudi nyumbani mikono mitupu ambako mke wake alimtukana na kumwondolea raha usiku kucha.

Siku moja, Fatimah alimwambia mume wake, "Leo, utakaporudi, uniletee tambi nene za *kunafah* zilizopikwa vizuri kwa asali ya nyuki. Zisipotiririka asali, usije nazo!"

"Insha-Allah, Mwenyezi Mungu ataniletea mteja mzuri leo," alijibu mume wake, "na wewe utapata hizo tambi unazotaka. Hapa nilipo sina hata ndururu moja lakini uwezo wa Mwenyezi Mungu ni mkubwa."

"Sitaki kusikia hayo," alifoka Fatimah kwa hasira na ujeuri akiendelea, "Usiponiletea hizo tambi zinazotiririka asali ya nyuki, utajuta kuzaliwa!"

"Mwenyezi Mungu ndiye mwenye rehema," alisema Ma'aruf akiguna kwa kukata tamaa kwa ule ukorofi wa mke wake.

Basi alitoka mle ndani bila kujua atafanya nini kwa jinsi alivyokuwa akimwogopa mke wake aliyekuwa akimpa mashaka ya mwili na roho. Alielekea dukani kwake huku akitamka, "Ya Rabbi, nijaalie njia yoyote ya kumnunulia mke wangu hizo tambi za asali ili niepukane na baa lake!"

Lakini, kwa bahati mbaya, hakuna mteja yeyote aliyefika dukani kwake siku ile, na hakuweza kupata chochote cha kununulia hata kipande cha mofa. Akiwa amechoka na mwingi wa wasiwasi na woga wa mke wake, Ma'aruf alilifunga duka lake, akaelekea nyumbani. Njiani alipita mbele ya duka la mwoka mikate atengenezaye *kunafah*, akazikodolea macho tambi na vitamutamu vya kila namna viliyopangwa dirishani. Machozi yakaanza kumlengalenga machoni.

Mwenye lile duka, kuona hali alivyokuwayo Ma'aruf, alimwita, akamuuliza, "Ma'aruf, mbona unaonekana una huzuni hivyo? Pita ndani unieleze matatizo yako."

Mwoka mikate, aliposikia sababu zinazomhuzunisha Ma'aruf vile, alicheka, akamwambia, "Hakuna lolote litakalokupata, rafiki yangu. Unataka *kunafah* ya kiasi gani?"

"Ya wakia tano," alijibu Ma'aruf.

"Nitakupatia kwa furaha," alijibu yule mwoka mikate, akiendelea, "usiwe na wasiwasi, utanilipa siku nyingine."

Hapo akampimia Ma'aruf tambi za wakia tano, akimwambia, "Nasikitika sina asali ya nyuki, lakini nina asali ya miwa. Nakuhakikishia kuwa ni nzuri kama asali ya nyuki."

Mwoka mikate aliziweka zile tambi kwenye kikaangio, juu yake akamimina rojorojo zito la asali ya miwa, akaweka na kipande cha siagi, akaoka kidogo mpaka ile siagi ikayeyuka, zile tambi zikawa zimezama ndani ya lile rojorojo zito, akamfungia vizuri, akamkabidhi Ma'aruf pamoja na kipande cha jibini na mkate kwa ajili ya chakula chake cha jioni. Ma'aruf alishindwa kumshukuru yule mwoka mikate, akamwombea Mwenyezi Mungu amjaalie kila la heri na umri mrefu, halafu akaelekea nyumbani.

Mara tu mke wake alipomwona na zile tambi, alimpigia kelele, "Je, umeniletea *kunafah* kama nilivyokuagiza?"

Ma'aruf aliziweka zile tambi mbele yake; lakini mke wake alipoziona tu, alipaza sauti, akafoka huku akitetemeka na kuukunja uso, "Sikukwambia hizo tambi ziwe zikitiririka asali ya nyuki? Umeniletea tambi zenye rojorojo la miwa kunitukana na kunidharau! Ulifikiri sitajua tofauti?"

Mwoka Mikate Akimkabidhi Ma´Aruf Kunafah

Ma'aruf, kwa woga, alibwabwaja maneno akijaribu kumweleza mke wake kwa upole akisema, "Mke wangu, tambi hizi sikuzinunua, nimekopeshwa na mwoka mikate karimu aliyenionea huruma kwa sababu leo sikupata ajira yoyote."

"Kupayuka kwako huko," alipiga kelele Fatimah kwa hasira huku akitetemeka midomo, "hakutakusaidia! Hizi hapa, zichukue mwenyewe tambi zako!"

Alimvurumishia zile tambi usoni akimwamrisha aende upesi akamletee tambi nyingine zenye asali ya nyuki! Akamzaba Ma'aruf kofi la shavuni, akamng'oa jino, damu ikaanza kumtiririka ndevuni mwake.

Akipandisha hasira, baada ya kustahamili kwake kote kule, Ma'aruf alinyanyua mkono, akampiga Fatimah kofi la kichwa. Fatimah alipandisha pufya, akamrukia mume wake, akamshika ndevu kwa mikono yake miwili, akapaaza sauti kadiri ya uwezo wake, "Jamani Waislamu wema, nisaidieni! Mume wangu aniua!"

Wakisikia maombolezo na kelele zake zile, majirani walitoka mbio nyumbani mwao. Baada ya jitihada nyingi, walifanikiwa kuifumbua mikono ya Fatimah ndevuni mwa mume wake. Lakini walipoona majeraha Fatimah aliyomtia mume wake na kujua sababu ya ugomvi wao, majirani walimsema na kumlaumu Fatimah wakimwambia, "Sote tunaridhika kula tambi zilizotiwa asali ya miwa na tunaona asali hiyo ina ladha kama ya nyuki. Maskini mume wako amefanya nini hata ukamwadhibu hivyo?"

Mwisho, walipoona mume na mke wametulia, majirani waliondoka wakaenda zao. Akiachwa na Fatimah peke yake, Ma'aruf alijaribu kumtuliza mke wake kwa kumbembeleza. Alikusanya mabaki ya zile tambi alizovurumishiwa nazo, akamkabidhi Fatimah huku mikono ikimtetemeka, akamwambia, "Kula hizi chache, mpenzi wangu, na kesho, Insha-Allah, nitakuletea *kunafah* zinazotiririka asali ya nyuki."

Lakini jitihada zote alizofanya mume wake, Fatimah aliapa kuwa hakuna kitu chochote kinachoweza kumshawishi aziguse zile tambi. Mwisho, njaa ilipoanza kumuuma Ma'aruf alikaa, akaanza kuzila zile tambi huku akisindikizwa na mkewe kwa matusi. Usiku kucha ikawa ni kelele za Fatimah akimlaani mume wake.

Alfajiri ya pili, Ma'aruf alikwenda zake msikitini, akaswali swala ya alfariji, akamwomba Mwenyezi Mungu amjaalie apate chochote cha kuweza kumnunulia mke wake zile tambi za asali ya nyuki apate kuridhika nazo. Halafu alikwenda akalifungua duka lake. Lakini kabla hajakaa vizuri, alijiwa ghafla na walinzi wawili walioingia kwa vishindo dukani mwake, wakamwambia, "Tumekuja na hati kutoka kwa kadhi kukukamata."

Walipotamka maneno hayo, walimfunga Ma'aruf pingu, wakamburuza hadi kwenye mahakama ya kadhi.

Fatimah Akijaribu Kutupa Kunafah

Alipofikishwa mbele ya kadhi, Ma'aruf alimwona mke wake amesimama wima akitiririkwa machozi na mkono wake mmoja umefungwa kitambaa na kichwani amejifunika ushungi wenye damu.

"Katili we usiyekuwa na huruma!" alifoka kadhi mara tu alipomwona Ma'aruf. "Humwogopi Mwenyezi Mungu! Kwa nini umempiga maskini mke wako mpaka ukamvunja mkono na kumng´oa jino?"

Ma'aruf, aliposikia kauli hiyo ya kadhi, alishangaa sana, akamweleza kinagaubaga yote yaliyotokea baina yake na mke wake. Akiridhika na kauli ya mume kuwa ndiye asemaye kweli, kadhi alimwonea huruma Ma'aruf, akampa robo dinari, akamwambia, "Chukua hizi ukamnunulie mkeo *kunafah* zenye asali ya nyuki." Halafu akawashauri wote wawili waache kugombana, wapatane na wasikilizane kwa amani. Alipowapatanisha, kadhi aliwaambia waondoke mbele yake waende zao.

Ma'aruf alimkabidhi mke wake ile robo dinari, akarejea dukani kwake. Mara wale walinzi waliompeleka kwa kadhi walirudi wakidai ujira wao. Ma'aruf alipowaambia kuwa hana hata ndururu moja mfukoni, walimburuza nje mpaka kwenye uwanja wa sokoni wangempiga kama mara ileile Ma'aruf hakuuza vifaa vya kazi yake na kuwalipa wale walinzi nusu dinari.

Wakati amekaa mle dukani mwake akifikiri juu ya masaibu yaliyompata, na bahati mbaya iliyomwandama, mara aliingiliwa tena na walinzi wengine wakali kutoka kwa kadhi mwingine wakisema, "Tumekuja na hati ya kukukamata." Na bila kuongeza neno jingine lolote, walimvamia, wakamtia kabari, wakamkokota mpaka kwa kadhi mwingine ambako Ma'aruf alishangaa kumwona tena mke wake amesimama wima kama mlingoti akionyesha mkono wenye damu uliofungwa matambara na kichwani akiwa na mtandio, huku akimshtaki mume wake kwa ukatili aliomfanyia.

Kwa mara nyingine tena Ma'aruf alimweleza kadhi kisa cha ugomvi wao toka awali hadi ahiri akiongeza, "Saa moja iliyopita kadhi fulani alitupatanisha, sasa haya mengine yanatoka wapi, ya Rabil `Alamina!"

"We, mwanamke, we," alifoka yule kadhi, "kama mlikwisha patanishwa saa chache zilizopita, kwa nini umekuja tena kwangu?"

"Alinipiga tena!" alilalamika Fatimah.

Kadhi aliwafokea wote wawili, akamwamrisha Ma'aruf awalipe wale walinzi ujira wao, akawatimua wote wawili.

Ma'aruf alitengana na ndururu yake ya mwisho kwa kuwalipa wale walinzi, akajikokota mpaka dukani kwake. Baada ya muda mfupi, mmoja wa marafiki zake alimkimbilia akimpigia kelele, "Nyanyuka, Ma'aruf! Kimbia upesi uokoe maisha yako, kwani yule mkeo laana amekuchukulia tena hatua nyingine dhidi yako kwa mahakama kuu! Walinzi wengine wako njiani wanakuja kukukamata!"

Ma'aruf kusikia vile, aliingiwa na hofu, mara ileile alilifunga duka lake, akatoka mbio, akakimbilia upande wa lango la jiji. Ilikuwa ni alasiri ya majira ya baridi kali. Mara tu alipofika kwenye mitaa ya nje ya jiji alikojikuta kwenye mirundiko ya takataka, mvua nayo ikaanza kunyesha kwa nguvu ikimtotesha mpaka kwenye ngozi.

Ma'aruf aliendelea kukimbia mpaka usiku wa manane alipofika kwenye pango moja lenye giza. Humo akajisitiri kutokana na dhoruba kali iliyokuwa ikivuma nje na iliyofuatwa na mvua kubwa. Alikaa chini mle pangoni, akaanza kulia kwa uchungu, "Ah, ninawezaje kujiokoa kutoka kwa shetani yule mwenye laana! Ya Rabbi, nisaidie niruke, nitoweke mpaka nchi ya mbali ambako sitamwona tena mke wangu!"

Wakati akiomboleza vile, ghafla ukuta wa lile pango ulifunguka, likamtokea jini moja lenye sura mbaya lililomtisha Ma'aruf.

Jini Likimtokea Ma´Aruf

"Mwana wa Adamu (mwanadamu)," lile jini lilipaza sauti., "Msiba gani uliokupata hata ukanisumbua usiku huu wa manane nikashindwa kulala? Mimi ni jini wa pango hili na miaka kadha wa kadha niliyoishi humu bado sijamwona mwanadamu wa namna yako." Lile jini lililomwonea huruma, liliendelea, "Niambie ulitakalo, nami nitakusaidia."

Ma'arufu alilisimulia lile jini matatizo yake yote aliyoyakabili kutoka kwa mke wake na jinsi anavyotaka kutorokea mbali asikoweza kumwona tena.

"Panda mgongoni pangu nikupeleke katika nchi ambako mke wako hatakuona tena katika maisha yako yote," lilisema lile jini.

Ma'aruf alilipanda mgongoni lile jini, likaruka naye angani, usiku kucha likapaa naye kati ya ardhi na mbingu. Kulipopambazuka, lilimtua juu ya kilele cha mlima, likamwambia, "Mwanadamu, ushuke mlima huu, na huko chini utaona mji uitwao Ikhtiyan-al-Khatan. Katika mji huo utasalimika na mke wako hatakuona tena. Haya, nenda zako salama." Lilipotamka maneno hayo, lile jini lilitoweka.

Ma'aruf, kwa kupigwa bumbuazi na kutojua aliko, alisimama pale mlimani kwa muda akitafakari la kufanya mpaka jua lilipochomoza upande wa mashariki. Kulipokucha, alishuka chini, akauona ule mji ambao ulijengeka vizuri kwa mpango, ukizungukwa pande zote na kuta ndefu. Aliingia mjini na wakati alipokuwa akipita njiani, wakazi walianza kumtazama kwa shauku, wakamzunguka wakistaajabia mavazi yake. Mwisho, mtu mmoja alijitokeza mbele, akamuuliza alikotoka.

"Natoka Qahira," alijibu Ma'aruf.

"Umeondoka lini Qahira," alihoji yule mtu.

"Jana usiku baada ya swala ya magharibi."

Kusikia kauli ile, yule mtu aliangua kicheko, akawageukia watu waliojikusanya pale, akawaambia, "Msikilizeni anavyosema! Anatwambia eti aliondoka Qahira jana usiku!"

Wale watu nao walianza kucheka, wakamzunguka Ma'aruf, wakampigia kelele, "Je, umerukwa akili nini! Inawezekanaje uondoke Qahira jana usiku uwe hapa leo asubuhi? Hujui kuwa kutoka Qahira mpaka kufika hapa ni safari ya mwaka mzima?"

Lakini Ma'aruf alisisitiza akiapa kuwa anasema kweli na, kuwathibitishia yale aliyokuwa akiyasema, mfukoni mwake alitoa mkate wa Qahira, akawaonyesha. Wote walistaajabu kuona mkate usiojulikana katika nchi yao ukiwa mpya kabisa. Wachache walimwamini na wengi hawakumwamini wakifikiri hazimtoshi.

Wakati haya yakiendelea, mfanyabiashara mmoja tajiri, akiongozana na watumwa wawili, alipita pale akiwa amepanda farasi, akasimama karibu na lile kundi la watu, akawasema akiwaambia, "Hamwoni haya kumchezea mgeni huyu?"

Akimgeukia Ma'aruf, yule mfanyabiashara aliongea naye kwa huruma, akamwalika nyumbani kwake. Huko yule mfanyabiashara alimpa Ma'aruf lebasi ya thamani ya nchi ile avae, akamkalisha katika sebule nzuri, akamwandalia chakula, wakala. Walipomaliza kula, yule mfanyabiashara alimwuliza Ma'aruf, "Tafadhali, ndugu yangu, hebu niambie unatoka nchi gani, kwani, kwa nguo ulizovaa, unaonekana wewe ni Mmisri."

"Naam, Seyyid yangu," alijibu Ma'aruf. "Mimi ni Mmisri, na nimezaliwa Qahira."

"Unafanya kazi gani?" aliuliza tena yule mfanyabiashara.

"Mimi ni mshona viatu, natia viraka viatu vilivyochanika."

"Qahira unatoka mtaa gani?"

"Mtaa unaojulikana kwa jina la Barabara Nyekundu," alijibu Ma'aruf.

"Ni wakazi gani wa mtaa huo unaowajua?"

Ma'aruf aliwataja wachache waliokuwa jirani zake pale mtaani.

"Unamjua Sheikh Ahmed, muuza uturi?" aliuliza yule mfanyabiashara kwa shauku kubwa.

"Namjua?" alicheka Ma'aruf. "Yeye ni jirani yangu aishiye nyumba ya pili! Namjua vizuri sana!"

"Je, hali yake ikoje sasa?"

"Alhamdulillahi, yumo katika hali nzuri ya afya," alijibu yule mshona viatu.

"Ana watoto wangapi sasa?"

"Ana wavulana watatu: Mustafa, Mohammed na Ali."

"Wanafanya kazi gani kujipatia riziki?" aliuliza tena yule mwenyeji wake.

"Mustafa, mkubwa wao," alijibu Ma'aruf, "ni mwalimu mkuu wa shule, Mohamed ni muuza uturi kama baba yake na amefungua duka lake mwenyewe karibu na duka la baba yake. Hivi karibuni mke wake alijifungua mtoto wa kiume wanayemwita Hassan. Kuhusu Ali, alikuwa rafiki yangu utotoni. Mimi na yeye tulikuwa na tabia ya kuingia makanisani na kuiba vitabu vya nyimbo. Tuliviuza sokoni na pesa tulizopata, tulinunulia peremende na vitamutamu vingine. Siku moja Wakristo walitukamata, wakatupeleka kwa wazazi wetu. Walimtisha babake Ali wakimwambia, 'Kama hukumzuia mwanao na kumfundisha adabu njema, tutamwarifu Sultani na unajua jinsi atakavyoadhibiwa.' Basi Sheikh Ahmed alimtandika mwanawe na Ali akakimbia. Toka siku hiyo, hakuna habari zozote zilizopatikana kutoka kwake sasa ni zaidi ya miaka ishirini toka alipotoweka."

Hapo yule mfanyabiashara alimnyooshea Ma'aruf mikono, akamkumbatia, akalia kwa furaha, akamwambia, "Shukrani nyingi ziwe kwa Mwenyezi Mungu, O Ma'aruf! Mimi ndiye yule Ali, mwana wa Sheikh Ahmed, muuza uturi!"

Halafu Ali alimuuliza rafiki yake kilichomleta katika ule mji wa Ikhtiyan-al-Khatan, na yule mshona viatu alimsimulia mkasa wake wote, na mashaka yote yaliyompata toka kumwoa mke wake Fatimah mpaka kumkimbia kwake. Akamweleza jinsi alivyokata shauri kuukimbia ule mji kuliko kubaki na kuteswa kila siku na yule mke katili, na jinsi alivyokutana na lile jini katika lile pango alimojificha ule usiku, na jinsi lilivyomwonea huruma na kumleta Ikhtiyan-al-Khatan. Ma'aruf naye alimwambia rafiki yake amweleze jinsi alivyotajirika katika ule mji.

"Baada ya kuondoka Qahira," alisema Ali, "nilizururazurura kwa muda wa miaka kadhaa kutoka nchi moja hadi nyingine mpaka mwisho, nikiwa fukara wa kutupwa, niliwasili katika mji huu nilikokuta wakazi wake wakiwa ni watu wema, wakarimu na wapenda wageni, wakiwa tayari kuwasaidia maskini. Niliwaambia kuwa mimi ni mfanyabiashara tajiri, mwenye kumiliki msafara mkubwa utakaowasili katika mji wao hivi karibuni. Waliiamini kauli yangu, wakanipa nyumba nzuri ya kukaa na kufanyia biashara yangu. Halafu nilikopa dinari elfu moja nikimwambia yule aliyenikopesha kuwa nazihitaji kwa mahitaji fulani kabla msafara wangu haujawasili. Kwa fedha hizo nilinunulia bidhaa fulani, nikaziuza siku ya pili, nikapata faida ya sarafu hamsini za dhahabu. Nilinunua bidhaa nyingine nyingi, nikalijenga jina langu, nikafanya urafiki na wafanyabiashara wengi matajiri niliowakaribisha na kuwastarehesha kwangu. Niliendelea kununua na kuuza bidhaa tofauti mpaka niliweza kukusanya utajiri wa kutosha. Kama wasemavyo watu: 'pasipofuzu ukweli na uadilifu, ujanja hufaulu.'

Sasa, rafiki yangu, ukiwaambia watu wa mji huu kuwa wewe ni maskini mtia viraka viatu vikuukuu vilivyotumika na kwamba umemkimbia mke wako aliyekupa mashaka ya mwili na roho na uliondoka Qahira jana tu, hakuna yeyote atakayekuamini. Kinyume ni kwamba, mji mzima utakucheka na kufikiri una kichaa. Na ukiwaambia ulibebwa na jini mpaka hapa, utamtisha kila mtu na watafikiri, 'Mtu huyu ana majini!' La, rafiki yangu, ukweli huo hauingii akilini na hautakusaidia."

"Sasa nifanyeje?" aliuliza Ma'aruf aliyeanza kuingiwa na wasiwasi.

"Kesho asubuhi," alijibu Ali, "utapanda farasi wangu mzuri, utaelekea sokoni huku mmoja wa watumwa wangu akikufuata nyuma. Huko utanikuta nimeketi na matajiri wakubwa wa mji huu. Nitakapokuona, nitanyanyuka na kukuamkia. Nitakubusu mkono na kukupokea kwa heshima kubwa. Utakapokaa na hao wafanyabiashara, nitakuhoji juu ya bidhaa mbalimbali, nikisema, 'Je, una vitambaa vya namna fulani?' Ujibu, 'Chungu nzima! chungu nzima!' Watakaponiuliza wewe ni nani, nitakusifu na kuwaambia kuwa wewe ni mfanyabiashara mashuhuri, tajiri sana. Na akitokea maskini na kukuomba kitu, mpe sarafu ya dhahabu. Kwa njia hii utapata sifa kubwa kwa wafanyabiashara na matajiri mashuhuri wa mji huu. Watataka urafiki nawe na baada ya muda mfupi, utakuwa mfanyabiashara mashuhuri pia."

Asubuhi ya pili Ali alimvisha Ma'aruf joho la heshima, akampa dinari elfu moja za dhahabu, akampandisha farasi wake mmoja mzuri. Wakati ule waliopatana, mshona viatu aliwasili sokoni alikomkuta rafiki yake ameketi na wafanyabiashara wengine. Mara tu Ali alipomwona Ma'aruf, alinyanyuka, akajiangusha miguuni pake, akambusu mkono, akamsaidia kushuka farasi akisema, "Ma'aruf mashuhuri, Mwenyezi Mungu aibariki siku yako!"

Ma'aruf alipoketi kwa heshima, wale wafanyabiashara waliona ajabu kwa jinsi Ali alivyompokea yule mgeni. Walimwendea, wakamuuliza kwa sauti ya chini, "Sheikh huyu ni nani?" Aliwajibu, "Ni mmoja wa wafanyabiashara mashuhuri wa Misri. Utajiri wake na wa baba yake na wa babu yake hauwezi kukisiwa na wema wake hauna kifani. Ana maduka na ghala kubwa kubwa za bidhaa mbalimbali katika kila sehemu ya dunia na wafanyabiashara anaoshirikiana nao ni nguzo muhimu katika miji mikubwa ya Misri, Yemen, hadi Bara Hindi mpaka huko Sind. Tajiri yeyote mkubwa katika mji huu, akilinganishwa naye, hamfikii. Kwake ataonekana ni fukara tu!"

Kusikia sifa hizo alizomiminiwa Ma'aruf na Ali, wale wafanyabiashara walimzunguka, kila mmoja wao akitaka kumpa juisi ya kunywa. Mkuu wa wafanyabiashara hao alimwendea, akamhoji juu ya bidhaa zake alizozileta.

"Bila shaka, Seyyid yangu," aliuliza yule mkuu wa wafanyabiashara, "una robota nyingi za hariri ya rangi ya manjano."

"Chungu nzima! Chungu nzima!" alijibu Ma'aruf bila kusitasita.

"Na nyekundu pia?" aliuliza mwingine.

"Chungu nzima! Chungu nzima!" alijibu yule mshona viatu.

Kwa kila swali walilomuuliza, Ma'aruf alijibu hivyo. Na wakati mmoja wa wale wafanyabiashara alipomuuliza awaonyeshe sampuli, Ma'aruf alijibu, "La shaka, mara tu msafara wangu utakapowasili." Halafu aliwaeleza wote kuwa, kwa muda wa siku chache zijazo, anatazamia kuwasili kwa msafara wake mkubwa wa wanyama zaidi ya mia mbili.

Wakati wale wafanyabiashara wakiongea naye na kuustaajabia utajiri wa huo msafara, walijiwa na maskini moja aliyewaomba sadaka, akanyoosha mkono kwa kila mmoja wa wale wafanyabiashara. Wachache walimpa dirhamu mojamoja, wengine walimkabidhi sarafu za shaba, lakini wengi wao hawakumpa chochote. Ma'aruf, walakini, taratibu alitia mkono mfukoni, akatoa fumbo la dhahabu, akampa yule maskini.

Wale wafanyabiashara walistaajabu sana, wakajiambia, "Wallahi, mtu huyu ni lazima awe tajiri!"

Baada ya muda, mwanamke mmoja fukara aliwajia; na yeye, hali kadhalika, alimpa fumbo la dhahabu. Akishangaa na kushindwa kuamini ukarimu wa yule mtu, yule mwanamke aliondoka haraka, akaenda, akawaeleza maskini wenzake. Baada ya muda mfupi, wote maskini wa mtaa mzima walimwendea Ma´aruf wakimnyooshea mikono wakiomba sadaka. Mshona viatu alimpa kila mmoja fumbo la sarafu ya dhahabu mpaka zile dinari elfu moja alizopewa na Ali zikamwishia. Hapo akafumba mikono pamoja, akatamka, "Subhana, ama kusema kweli sikujua kuwa mji huu una maskini wengi namna hii! Laiti ningejua, ningejitayarisha, kwani si desturi yangu kukataa kutoa sadaka kwa maskini. Sasa nitafanya nini kama nikijiwa na maskini wengine kabla msafara wangu haujawasili? Laiti ningekuwa na tuseme, dinari elfu moja nyingine!"

"Hilo lisikukere," alitamka yule mkuu wa wafanyabiashara. Mara ileile alituma mtu aende haraka nyumbani kwake akamletee dinari elfu, akamkabidhi Ma'aruf.

Mshona viatu aliendelea kumpa dhahabu kila maskini aliyepita pale njiani. Na wakati mwadhini alipoanza kuadhini kuwaita waumini kwenda kuswali swala ya alasiri, Ma'aruf aliongozana na wafanyabiashara, wakaelekea msikitini ambako, zile dinari zilizobakia, aliwagawia waswalihina.

Swala ilipokwisha, Ma'aruf alikopa dinari elfu moja nyingine ambazo pia alizigawa. Usiku ulipoingia, Ma´aruf alikuwa ameshakopa jumla ya dinari elfu tano, wakati Ali, aliyeshindwa kusema lolote kwa mshangao, alitazama tu jinsi mwenzake alivyokuwa akiendelea kumwaga dinari! Kwa wale aliowakopa aliwaambia, "Msafara wangu utakapowasili, kama mnataka dhahabu, mtapata dhahabu, kama mtataka bidhaa nyingine, mtapata bidhaa, kwani mimi nina kila namna ya bidhaa, tena chungu nzima!"

Usiku ule Ali aliwakaribisha kwake wale wafanyabiashara. Ma'aruf alikalishwa mahali pa heshima akiongea usiku kucha juu ya vito vya tunu na marobota ya hariri. Na kila walipomuuliza kama ana bidhaa ya namna hii au ya namna ile, yeye aliwajibu, "Chungu nzima! Chungu nzima!"

Asubuhi ya pili alikwenda sokoni alikozungumza na wafanyabiashara juu ya msafara wake, na alikokopa tena fedha nyingi, akazigawa tena kwa maskini. Alilirudia jambo hili kwa muda wa siku ishirini mpaka zile fedha alizokopa zilitimia dinari elfu sitini bila wale aliowakopa kuona msafara wowote ukiwasili!

Mwisho, wale wafanyabiashara, walioanza kuingiwa na wasiwasi juu ya huo msafari usiowasili, walianza kudai fedha zao. Walipeleka malalamiko yao kwa Ali, rafiki yake Ma'aruf, ambaye naye alishangaa jinsi mwenzake alivyokuwa akifuja fedha.

Siku moja Ali alimchukua Ma'aruf kando akamsema sana, akamwambia, "Umeingia kichaa nini! Mimi nilikushauri, kama msemo usemavyo, 'oka mkate' lakini wewe 'umeuchoma kabisa!' Sasa wafanyabiashara wanadai fedha zao ambazo, wanasema, ni dinari elfu sitini. Fedha zote hizo umezifuja kwa kuwapa maskini. Je, utazilipa vipi ilhali wewe mwenyewe ni fukara hohe hahe usiye na mbele wala nyuma?"

"Usijali," alijibu Ma'aruf. "Dinari elfu sitini ni nini? Msafara wangu utakapowasili, kama wanataka dhahabu, watapata dhahabu, kama wanataka bidhaa nyingine, watapata bidhaa, kwani nina nyingi kupita kiasa!"

"Subhanallah!" alishangaa Ali. "Unazungumzia bidhaa gani, wewe?"

"Nazungumzia bidhaa zinazoletwa na msafara wangu," alijibu Ma'aruf. "Nina marobota kadha wa kadha ya bidhaa mbalimbali."

"Fidhuli mbwa we!" alipiga kelele Ali. "Hata mimi unathubutu kuniambia maneno hayo? Nitakuadhiri kwa kuwaambia watu ukweli!"

"Wacha kunitisha!" alisema Ma'aruf. "Unafikiri mimi ni fukara? Basi jua kuwa nina utajiri usio na kifani ulioko njiani ukija. Mara tu msafara wangu utakapowasili, hao wafanyabiashara wako nitawalipa maradufu!"

Kusikia maneno hayo, Ali alikasirika, akamfokea, "Mhuni! nitakufundisha kwa kuniambia *mimi* uongo unaowambia watu!"

"Jaribu," alijibu mshona viatu. "Hao wafanyabiashara hawana budi kusubiri mpaka msafara wangu utakapowasili. Ndipo nitakapowalipa dinari zao na nyingi zaidi."

Akikata tamaa, Ali alimwacha Ma'aruf, aliondoka pale akifikiri, "Kama sasa nitaanza kumtukana na kumsema vibaya hadharani baada ya sifa zote zile nilizommiminia, mimi mwenyewe, kama watu wasemavyo, nitakuwa mwongo mara mbili!"

Wale wafanybiashara walipomwendea Ali, wakitaka kumwona Ma'aruf, aliwajibu, "Rafiki zangu, sikuwa na moyo wa kuongea naye juu ya madeni yenu, kwani mimi mwenyewe nilimkopesha Ma'aruf dinari elfu moja. Nyinyi mlipomkopesha fedha zote hizo, hamkushauriana nami. Kwa hiyo, jambo hilo halinihusu. Ninalowashauri sasa ni kwenda mkazungumze naye nyinyi wenyewe. Kama akishindwa kulipa madeni yake, kamshtakini kwa mfalme kuwa ni mdanganyifu na mwizi."

Wale wafanyabiashara walijikusanya kikundi, wakamwendea mfalme, wakamwambia yaliyojiri baina yao na Ma'aruf wakiongeza, "Seyyid yetu, tuna mashaka makubwa na mfanyabiashara huyu mwenye ukarimu mkubwa unaotushangaza. Ametukopa dinari elfu sitini, akawagawia maskini mafumbo kwa mafumbo. Kama angekuwa maskini, asingekuwa mpumbavu wa kufuja utajiri kama vile. Na kama ni tajiri kweli, mbona msafara wake mpaka sasa bado haujafika?"

Mfalme mwenyewe alikuwa bahili na mwenye tamaa sana. Kwa hiyo, aliposikia utajiri wa Ma'aruf na jinsi anavyomwaga dinari za dhahabu kwa maskini, aliingiwa na tamaa, akamwambia waziri wake mkuu, "Mfanyabiashara huyu, bila shaka, ni tajiri sana ama sivyo asingemwaga fedha namna hiyo. Naamini msafara wake utafika. Sitaki hawa wafanyabiashara wa sokoni wamiliki peke yao utajiri wake, kwani hapo walipo tayari ni matajiri. Ni lazima nifanye urafiki naye ili, msafara wake utakapowasili, mimi pia nipate sehemu ya utajiri wake. Naweza hata kumwoza binti yangu ili niufaidi zaidi utajiri wake."

"Seyyid yangu," alijibu waziri. "Huyu mtu ni laghai. Jihadhari naye, ujue kuwa ubahili na ulafi, mara kwa mara, huleta maangamizi na majuto."

"Nitamjaribu," alisema mfalme, "na nitajua mara moja kama yeye ni mdanganyifu au la. Nitamwonyesha lulu ya thamani na kumuuliza maoni yake. Kama ataweza kutwambia thamani yake, tutajua kweli yeye ni mtu mwenye ujuzi wa biashara aliyezoea kuona vito vya namna hiyo. Akishindwa, tutajua kuwa yeye ni mwongo na ni mdanganyifu. Hapo nitamwadhibu kifo cha kikatili kwelikweli!"

Mfalme alimtuma mtu akamwite Ma'aruf, na alipofika mbele yake na kuamkiana naye kwa heshima, mfalme alimuuliza, "Ni kweli unadaiwa na wafanyabiashara dinari elfu sitini za dhahabu?"

Ma'aruf alipojibu kuwa ni kweli, mfalme alimuuliza, "Mbona huwalipi fedha zao?"

"Siku msafara wangu utakapowasili," alijibu Ma'aruf, "watalipwa maradufu. Wakitaka dhahabu watapata dhahabu wakitaka fedha watapata fedha, kama watapendelea zaidi bidhaa watapata bidhaa, kwani mimi nina idadi kubwa ya bidhaa na vito vya namna kwa namna."

Mfalme, akimjaribu, alimkabidhi Ma'aruf lulu moja adimu yenye thamani ya dinari elfu moja, akamuuliza, "Katika msafara wako, una lulu za namna hii?"

Ma'aruf aliipokea ile lulu, akaiangalia pande zote, halafu akiitupa chini kwa dharau, akaikanyaga, akaisangasaga kwa mguu!

"Unafanya nini?" aliuliza mfalme kwa mshangao na kwa hasira.

"Lulu hii," alijibu mshona viatu akicheka, "haistahili hata dinari elfu moja. Mimi, katika msafara wangu, nina lulu nyingi kubwa kubwa na nzuri zaidi!"

Mfalme kusikia vile, tamaa ikamzidi. Mara ileile alituma mtu akawaite wale wafanyabiashara, akawaambia wasiwe na wasiwasi wowote, akawahakikishia kuwa msafara wa Ma'aruf utawasili hivi karibuni. Hapo akamwita waziri, akamwambia, "Hakikisha kuwa mfanyabiashara Ma'aruf anapokewa kwa heshima katika kasri langu. Ongea naye juu ya binti yangu, binti mfalme. Labda atapenda kumwoa ili niweze kumiliki sehemu ya utajiri wake."

"Seyyid yangu," alijibu waziri, "sipendi mambo anayoyafanya mgeni huyu. Kuweko kwake kutailetea majilisi yako aibu. Nakusihi, subiri mpaka tutakapohakikisha juu ya huo msafara wake."

Waziri mwenyewe alitaka kumwoa binti mfalme, lakini posa yake ilikataliwa. Kwa hiyo, mfalme aliposikia onyo la waziri, alikasirika, akasema, "Msaliti we! Unamharibia jina mfanyabiashara huyu kwa sababu wewe mwenyewe ndiye uliyetaka kumwoa binti yangu. Bila shaka ungefurahi kumwona binti yangu akibaki bila kuolewa na mwingine yeyote mpaka amezeeka! Unafikiri binti yangu anaweza kumpata mchumba bora kuliko mfanyabiashara huyu aliyefanikiwa, tena aliye karimu? Si kwamba atakuwa mume mzuri tu, bali atatufanya sisi sote tuwe matajiri wa kupindukia!"

Akiogopa hasira za mfalme, waziri alifunga mdomo wake, akakaa kimya. Asubuhi ya pili alimwendea Ma'aruf akamwambia, "Mfalme anataka umwoe binti yake. Je, nikampe jibu gani?”

“Ni heshima kubwa kwangu kwa pendekezo hilo la mfalme,” alijibu Ma’aruf akijifanya hajali, akiendelea, “Je, hufikiri ingekuwa bora kusubiri mpaka msafara wangu utakapowasili? Mahari ya bibi arusi kama binti mfalme huyu ni kubwa kuliko ninayoweza kuimudu hivi sasa. Inanibidi nimpe mke wangu mifuko mitano iliyojaa dhahabu. Itanibidi vilevile niwagawie maskini, usiku wa arusi, mifuko chungu nzima ya fedha. Na kwa wale wanaoandamana na msafara wa arusi, niwape nao mifuko kadhaa. Na nitahitaji mifuko mingine chungu nzima kwa ajili ya wanajeshi. Asubuhi ya pili, itanibidi nimkabidhi binti mfalme almasi mia kama zawadi yake, na vito vingine chungu nzima kwa ajili ya wajakazi na matowashi wa kasri la mfalme. Yote haya ni ghali na sitayamudu hivi sasa mpaka msafara wangu utakapowasili.”

Waziri aliporejea na kumwarifu mfalme yale aliyosema Ma’aruf, mfalme alistaajabu sana. Mara ileile alimtuma waziri akamwite Ma’aruf, afike mbele yake. Mara tu mshona viatu alipowasili, mfalme alimwambia, “Mheshimiwa mfanyabiashara adhimu, tuiadhimishe na tuisherehekee hiyo arusi bila kuchelewa! Mimi mwenyewe nitalipa gharama zote za arusi, kwani hazina yangu imejaa. Ruksa kuitumia upendavyo. Mintarafu mahari ya binti yangu, utalipa wakati msafara wako utakapowasili. Nami, wallahi, nitapokea chochote utakachotoa!”

Bila kuchelewa, mfalme aliagiza Imam wa msikiti wa Ijumaa aitwe. Alipowasili, alitayarisha mkataba wa ndoa, akaifunga ndoa baina ya Ma’aruf na binti mfalme.

Siku hiyo jiji zima lilipambwa kwa amri ya mfalme. Ngoma, zumari na mabaragumu yalisikika kote barabarani. Na Ma´aruf mshona viatu aliketi, kama mfalme, kwenye kiti maalumu kilichowekwa kwenye chumba maalumu katika kasri la mfalme kwa ajili ya ile sherehe. Waghani, wacheza ngoma, wapigana mieleka, wachekeshaji na wacheza sarakasi – wote hao waliwaburudisha waalikwa kadha wa kadha waliohudhuria, huku mweka hazina ya mfalme akimletea M’aruf mifuko kwa mifuko ya dhahabu, na Ma´aruf akiwagawia watu zile sarafu. Siku nzima mweka hazina hakupumzika, kwani kila alipomletea Ma´aruf mfuko wa dhahabu alioubeba kwa shida, uliojaa dinari laki moja, alitumwa akailete mingine. Waziri mkuu aliyashuhudia yote haya kwa hasira na kwa uchungu mwingi aliokuwa nao moyoni, wakati Ali mfanyabiashara, akipigwa na butwaa kwa ufujaji ule wa Ma'aruf. Alimkaribia akamnong'oneza sikioni, "Insha-Allah, laana ya Mwenyezi Mungu itakuangukia! Haitoshi kuwa umeupoteza utajiri wa wafanyabiashara wote wa jiji hili? Ni lazima uiteketeze pia hazina ya mfalme?"

"Inakuhusu nini wewe?" alijibu Ma'aruf. "Ujue kuwa, utajiri wa msafara wangu utakapowasili, nitamlipa mfalme mara elfu!"

Ule ufujaji wa mali uliendelea kwa muda wa siku arobaini mpaka ikafika ile siku ya arusi yenyewe. Mfalme, akiandamana na mawaziri wake na wakuu wa majeshi yake, walipita mbele ya bwana arusi. Wakati wakipita, Ma´aruf aliwamwagia watu waliojipanga njiani, mafumbo ya dhahabu.

Mwisho wa yote, bwana na bibi arusi walipoachwa peke yao katika chumba chao cha arusi, na bibi arusi akiwa kitandani amejifunika ushungi, Ma'aruf alikaa chini akiisokota mikono yake kwa huzuni ya kukata tamaa.

Binti mfalme, kuona hali ya kukata tamaa aliyokuwa nayo mume wake, alimwuliza kwa upole, "Mbona una huzuni hivyo, mume wangu?"

"Hakuna mwenye nguvu na uwezo isipokuwa Allah," alijibu Ma'aruf huku akipumua. "Yote haya ni makosa ya baba yako!"

"Vipi?" aliuliza binti mfalme akishangaa.

"Ameniaibisha mbele ya walimwengu," alijibu Ma'aruf akipumua tena kwa huzuni. Bila shaka kila mtu aliona jinsi nilivyodhalilika kwa kutokukutendea mema wewe na wote waliohudhuria arusini. Laiti baba yako angesubiri mpaka msafara wangu utakapowasili, mambo yangekuwa vingine! Ningeweza kukupa wewe, japokuwa zawadi chache za thamani unazostahili, na kuwapa wajakazi wako vito kwa heshima kwa kuiadhimisha siku hii muhimu katika maisha yako. Lakini baba yako aliiharakisha arusi na kuniaibisha hivi alivyoniaibisha! Ilikuwa, kama wasemavyo watu, 'kuyachoma majani mabichi!"

"Badala ya kuyafikiria hayo yasiyokuwa na maana, mpenzi wangu" alijibu binti mfalme, "vua nguo zako uingie kitandani sahau kabisa mambo ya msafara, zawadi na mengineyo!"

Ma'aruf alivua nguo, akaingia kitandani, akamkumbatia binti mfalme, wakasahau kila kitu isipokuwa mapenzi tu!

Baada ya usiku ule wa raha, furaha na starehe nyingi, Ma'aruf aliamka, akaingia bafuni. Halafu alivaa lebasi ya kifalme, akaingia katika majilisi ya mfalme, akakaa karibu na mkwe wake akipokea pongezi na salamu kutoka kwa mawaziri na wakuu wa utawala. Hapo akatuma mtu akamwite mweka hazina, akamwambia awape majoho ya heshima wote wale waliokuwa hadhirina. Akaagiza na mifuko iliyojaa dinari za dhahabu, akawagawia wengine wote waliokuwako pale, toka wenye vyeo vya juu mpaka wafanyakazi wa kawaida mle jikoni. Kwa muda wa siku ishirini aliendelea kuitumia hazina ya mfalme.

Wakati wote huo hakuna yeyote aliyesikia habari za msafara wa Ma'aruf mpaka siku ikafika mweka hazina wa mfalme alipoona hazina nzima i tupu! Hapo akamwendea mfalme akiwa na moyo mzito, akamwambia, "Seyyid yangu, makasha yote ya hazina ni matupu na msafara mkuu wa mkwe wako bado haujafika kuijaza hazina yako. Sasa tufanye nini?"

Akishangaa na kuingiwa na wasiwasi kusikia maneno hayo, mfalme alimgeukia waziri mkuu, akamuuliza, "Wallahi, ni kweli, mpaka sasa bado hakuna dalili yoyote ya ule msafara. Tutafanya nini?"

"Mwenyezi Mungu akupe umri mrefu, Seyyid yangu," alijibu waziri huku akitabasamu. "Je, mimi sikukuonya mapema dhidi ya mhalifu huyu mwongo? Naapa, hana msafara wowote hana hata ndururu moja! Amemwoa binti yako bila mahari, na akakudanganya akaitumia hazina yako yote. Utaendelea mpaka lini, Seyyid yangu, kumstahamili muhuni huyu aliyekuhadaa?"

"Laiti kama tungejua ukweli wake!" mfalme alipumua kwa kukata tamaa ya kutojua la kufanya akichanganyikiwa.

"Seyyid yangu," alisema waziri, "hakuna yeyote anayeweza kujua ukweli na siri ya mwanamume yeyote isipokuwa mke wake. Nakuomba umwite binti yako aje hapa uniruhusu nimhoji wakati akiwa nyuma ya pazia."

"Itakuwa hivyo," alijibu mfalme. "Naapa kwa jina la Mwenyezi Mungu, ikidhihirika kuwa ametudanganya, atakufa kifo cha kikatili sana ambacho bado hakijampata mtu mwingine yeyote katika milki yangu!"

Mara ileile mfalme aliamrisha pazia literemshwe ukumbini, na, akimwiita binti mfalme, alimwambia aketi nyuma yake, aongee na waziri.

"Unataka kujua nini, waziri?" aliuliza binti mfalme.

"Bibi wa heshima," alianza waziri, "makasiki ya hazina ya mfalme baba yako ni matupu kutokana na ufujaji wa mali uliosababishwa na mume wako Ma'aruf na huo msafara wa ajabu tuliousikia habari zake, mpaka leo bado haujafika. Kwa hiyo, mfalme amenipa jukumu hili la kukuuliza uyajuayo juu ya mgeni huyu aliyekuoa na kama unamshuku kwa lolote."

"Usiku baada ya usiku," alijibu binti mfalme, "mume wangu amekuwa akiniahidi lulu na vito vya namna kwa namna na hazina isiyokuwa na kifani. Na yote hayo ayasemayo, hata mimi bado sijaona lololote wala chochote."

"Seyyidatina," alisema waziri, "nakushauri umhoji vizuri leo usiku ili tujue ukweli wa fumbo hili. Mwombe akuambie ukweli na mwahidi kuwa utaificha siri yake."

"Nimesikia na natii," alijibu binti mfalme. "Nitazungumza na mume wangu usiku huuhuu na nitawaambia kesho atakaloniambia."

Usiku, wakati wakiwa kitandani, binti mfalme alimtupia mikono mume wake shingoni akitumia ujanja wa kike na kauli ya kimapenzi waitumiayo wanawake kuwashawishi waume zao, akasema, "Nuru ya macho yangu na ua la moyo wangu, naomba kwa kudura ya Mwenyezi Mungu, Insha-Allah, tusitengane! Mapenzi yako yamewasha moto mkali uwakao kifuani mwangu. Mimi, nakwambia kweli, niko radhi kufa kwa ajili yako. Kwa hiyo, mpenzi wangu la'azizi, nakusihi niambie ukweli juu ya huo msafara wako, usinifiche lolote. Mpaka lini utaendelea kumwambia baba yangu uongo? Naogopa siku moja atagundua ukweli ulivyo na atakuadhibu vikali kwa udanganyifu wako. Ni heri uniambie kila kitu, mpenzi wangu, nipate kutafuta njia ya kukusaidia."

"Binti mfalme mzuri, mwema," alijibu Ma'aruf, "nitakwambia yote yaliyo ya kweli. Mimi si mfanyabiashara tajiri, wala sikumiliki msafara wa aina yoyote. Huko kwetu ninakotoka, nilikuwa mtia viraka viatu vikuukuu vya watu vilivyochanika. Isitoshe, nililaaniwa kumwoa mwanamke mbaya mwenye ulimi wa upanga aliyenipa usiku na mchana mashaka ya mwili na roho."

Ma'aruf alindelea kumweleza mke wake, binti mfalme, kisa chake chote toka kisa cha zile tambi zinazotiririka asali ya nyuki, hadi kufika kwake katika ule mji wao wa Ikhtiyan-al-Khatan.

Binti Mfalme Akimsihi Maáruf Amwambie Ukweli

Aliposikia kisa cha mshona viatu, binti mfalme aliangua kicheko, akacheka sana, akasema, "Hakika, Ma'aruf, wewe ni mhuni mjanja kweli! Lakini tufanye nini? Je, baba yangu atafanya nini akisikia ukweli? Tayari waziri ameshamtia wasiwasi na maneno ya kumvuruga akili. Bila shaka atakuua, nami nitakufa kwa huzuni. Chukua dinari hizi elfu hamsini na utoke humu sasa hivi utoweke! Tokomea katika nchi ya mbali, halafu unitumie taarifa unijulishe uliko na ulivyo."

"Niko chini ya miguu yako na huruma yako," alijibu Maaruf mshona viatu.

Baada ya kubaki na binti mfalme kwa muda, Ma´aruf alinyanyuka, akajibadili sura kwa kuvaa mavazi mengine, akapanda farasi mwenye mbio kuliko farasi mwingine yoyote wa mfalme, akatoweka usiku uleule.

Asubuhi ya pili, mfalme aliketi kwenye kiti chake cha enzi katika majilisi yake, upande wake wa kulia aliketi waziri wake mkuu. Akamwita binti mfalme aje mbele yake. Alipoketi nyuma ya lile pazia kama awali, mfalme alimuuliza, "Twambie, binti yangu, umegundua nini juu ya mumeo Ma'aruf."

"Mwenyezi Mungu awalaani wote wale wenye ndimi mbaya," alianza binti mfalme, "na auharibu uso wa waziri wako, kama vile auharibuvyo mbele yako uso wa mume wangu!"

"Kwa nini?" alihoji mfalme kwa mshangao.

"Jana usiku," aliendelea binti mfalme, "mara tu mume wangu alipoingia ndani, kiongozi wa matowashi mmoja alileta barua kutoka kwa watumwa kumi waliovalia vizuri waliotaka kuonana na bwana wao Ma'aruf. Niliipokea ile barua nikaisoma kwa sauti ya juu. Iliandikwa hivi:

'Kutoka kwa watumwa wako mia tano wa msafara wako, kwa bwana wao, mfanyabiashara mashuhuri Seyyid Ma'aruf. Tunasikitika kukuarifu kuwa, mara tu ulipotuacha, tulishambuliwa na mabedui elfu mbili waliopanda farasi. Pakazuka vita iliyoendelea kwa muda wa siku kadhaa – usiku na mchana. Msafara umepoteza watu hamsini kati ya watumwa wako, farasi mia moja na mizigo mia mbili ya bidhaa. Hii ndiyo sababu ya kuchelewa kwetu.'

"Alipopata habari hii mbaya, Maaruf alisikitika, hakutaka kuuliza jambo jingine lolote. Alitamka tu, 'Nini mizigo mia mbili na farasi mia moja? Hiyo si hasara kubwa kama kupoteza mizigo elfu sabini ya dhahabu! Msijali wala msilifikirie tena jambo hilo. Kinachonisikitisha ni kuondoka na kuachana na mke wangu kwa muda wa siku chache ili kwenda kuuharakisha kuwasili kwa huo msafara.'

Baada ya kutamka maneno hayo, aliondoka akitabasamu, akanikumbatia kimapenzi, akaniaga. Alipoondoka, nilichungulia dirishani, nikamwona akiongea na watumwa kumi waliovalia vizuri. Mara hiyohiyo, alipanda farasi wake, akatoweka nao kwenda kuuongoza huo msafara. Mwenyezi Mungu asifiwe; sikumhoji mume wangu kama vile mlivyotaka," aliongeza binti mfalme. "Ningefanya hivyo, ningepoteza mapenzi yake na imani yake. Yote hayo yanatokana na waziri wako huyo mwenye chuki ambaye hana jingine kichwani mwake isipokuwa kumharibia tu mume wangu jina na kumchukia."

Mfalme aliposikia kauli hii ya binti wake, alifurahi, akatamka, "Mwenyezi Mungu amwongezee mumeo utajiri, ampe na umri mrefu, binti yangu!" Halafu alimgeukia waziri, alimfokea kwa hasira, akamwamrisha afunge mdomo wake. Hayo ndiyo yaliyojiri kule kwa mfalme akiwa na waziri wake na binti yake.

Mintarafu Ma'aruf, alisafiri jangwani usiku kucha akimfikiria mpenzi wake binti mfalme. Siku ya pili, wakati wa adhuhuri, alikikaribia kijiji kimoja. Wakati huo alikuwa amechoka na ana njaa sana. Kwa mbali alimwona mtu mmoja akilima shamba lake kwa jembe la ng'ombe. Alimwendea, akamwamkia, "Assalam aleykum!"

Yule mkulima alimwitika na alipoona mavazi ya yule mgeni, alimuuliza, "Bila shaka, Seyyid yangu, wewe ni mmoja wa watumishi wa mfalme?"

Ma'aruf alipomjibu ndiyo, yule mkulima alimkaribisha, akisema, "Karibu, Seyyid yangu, uwe mgeni wangu leo!"

Mshona viatu alimshukuru yule mkulima maskini kwa ukarimu wake, akakataa kuwa mgeni wake kwa sababu hakutaka kumsumbua. Lakini yule mzee alisisitiza akisema, "Tafadhali, nifanyie heshima ya kuwa mgeni wangu leo. Nitakwenda kwangu kule kijijini na kukuletea chakula na kumletea farasi wako nyasi."

"Kwa kuwa kijiji si mbali, rafiki yangu," alisema Ma'aruf, "usijisumbue, nitakwenda huko mwenyewe na kujinunulia chakula sokoni."

Lakini yule mkulima alitabasamu, akatingisha kichwa akisema, "Huko, kwenye kijiji chetu cha kimaskini, hutakuta soko. Nakuomba, kwa jina la Mwenyezi Mungu, pumzika hapa wewe na farasi wako wakati mimi nikienda upesi kijijini. Sitachelewa kurudi."

Kwa kuwa alitaka kumridhisha yule mzee, Ma'aruf alishuka, akakaa chini majanini, wakati mwenyeji wake akielekea haraka kule kijijini.

Wakati akimsubiri yule mzee mkulima, Ma'aruf alifikiri: "Nimeisimamisha kazi ya yule maskini. Basi wakati akiwa kijijini, nitaendelea kumlimia."

Ma'aruf alinyanyuka, akamwendea yule fahali aliyekuwa akikokota jembe la kulimia, akamwendesha na kulima matuta machache.

Kabla hajafika mbali, walakini, mara lile jembe lilikwama ardhini, na yule fahali akasimama. Ma´aruf alijaribu kumfanya yule fahali asonge mbele, lakini jitihada zake zote zilishindikana, na lile jembe likakwama ardhini. Ma'aruf alipojaribu kupachimba kwa mikono pale mahali, akaona lile jembe limekwama kwenye pete kubwa ya shaba iliyoshikamana na jiwe pana la marumaru. Alipachimbua zaidi, alijaribu kwa nguvu zake zote mpaka akalisogeza kando lile jiwe, akaona ngazi inayoelekea ardhini. Ma´aruf alishuka mle ndani, akajikuta yumo katika ukumbi mkubwa wenye milango ya ghala nne tofauti. Alipoufungua mlango wa kwanza, mle ghalani aliona mmejaa dhahabu toka chini sakafuni mpaka juu darini! Na alipoufungua mlango wa pili, aliona mmejaa lulu, zumaridi na vito vingine vingi. Alipoufungua mlango wa tatu, humo aliona yakuti na vito vingine; na alipoufungua mlango wa nne, aliona ghala imejaa almasi. Pembeni kabisa, sebuleni, aliona kasha kubwa na juu yake pana kijaluba.

Ma´Aruf Akikifungua Kile Kijaluba Mlimokuwa na Pete

Ma'aruf alikiendea, akakinyanyua, akakifungua, ndani akaona mna pete ya dhahabu yenye maandishi ya kigeni yamechongewa juu yake. Aliivaa ile pete kidoleni mwake. Wakati akiivaa, aliyasugua yale maandishi kwa kuondoa vumbi.

Mara ileile Ma'arufu alilitokewa na jini la kutisha, likamwambia, "Bwana wangu, niko hapa! Sema lolote ulitakalo nami nitakutimizia! Je, matakwa yako ni nini? Unataka nikujengee mji, au niuteketeze mji fulani? Au unataka nikamuue mfalme fulani, au unataka nikuchimbie mfereji wa kuunganisha bahari mbili. Mimi ni mtumwa wako, kwa amri na uwezo wa Muumba wa majini, Muumba wa usiku na mchana, niambie unachotaka nikutimizie mara moja!"

Akishtuka kuliona lile jini na kusikia ile kauli yake, Ma'aruf aliuliza kwa sauti ya juu, "Kiumbe wa Mwenyezi Mungu, wewe ni nani?"

"Mimi ni Abdul-Sa`adah, mtumwa wa pete hiyo uliyoivaa," lilijibu lile jini. "Kwa uaminifu mkubwa, namhudumia yeyote aimilikiye na aisuguaye hiyo pete. Hakuna chochote nisichoweza kukifanya, kwani mimi ni mkuu na kiongozi wa makabila sabini na mbili ya majini kila kabila likiwa na majini elfu sabini na mbili. Na kila jini likiongoza na kuamrisha majini wengine elfu moja na viumbe vingine vingi visivyoonekana kwa macho. Wote hao wananitii mimi. Hata hivyo, mimi siwezi kuchagua jambo lolote nikalifanya isipokuwa lile tu alitakalo mwenye pete hiyo. Sasa uliza unalotaka na litatekelezwa mara moja. Ukinihitaji wakati wowote na mahali popote ulipo - pawe nchi kavu au majini; iwe mchana au usiku. Isugue tu hiyo pete, nami nitatokea mara hiyohiyo. Lakini nakuonya mwiko ni kuisugua hiyo pete mara mbili. Ikifanya hivyo, nitateketea kwa moto utakaosababishwa na maandishi yaliyoandikwa kwenye hiyo pete na hapo utanipoteza milele."

"Abdul-Sa´adah," alitamka Ma'aruf. "Unaweza kuniambia hapa ni mahali gani na ni nani aliyekufunga ndani ya hii pete?"

"Hapa ulipo sasa, Seyyid yangu," lilijibu lile jini, "ni ndani ya hazina ya kale ya Shaddad Ibn A`ad, mfalme wa jiji la kale la Iram. Wakati alipokuwa akiishi, mimi nilikuwa mtumishi wake niliyeishi ndani ya pete hiyo. Siku chache kabla hajafa, aliihifadhi pete humu ndani ya hazina hii. Ni bahati nzuri iliyokuleta wewe humu ukaipata."

"Mtumwa wa pete," alisema mshona viatu, "unaweza kubeba hazina yote iliyomo humu na kuitoa nje?"

"Hiyo ni kazi ndogo sana," lilijibu lile jini.

"Basi fanya hivyo haraka," aliamrisha Ma'aruf, "na usibakishe chochote humu ndani."

Mara tu alipomaliza kutamka maneno hayo, ardhi ilifunguka, wakatokea mbele yake vijana wachache wa kupendeza wakiwa na vikapu vichwani. Walivijaza ile hazina, wakavibeba mpaka juu ardhini. Na baada ya muda mfupi, zile ghala nne zikawa tupu.

"Vijana hawa ni nani?" aliuliza Ma'aruf.

"Ni wanangu," lilijibu lile jini. "Kwa kazi ndogo kama hii haihitaji majini wengi wenye nguvu. Je, unataka nini tena, Seyyid yangu?"

"Nahitaji msafara wa ngamia na farasi waliobeba makasha matupu ya kubebea hazina hii hadi Ikhtiyan-al-Khatan," alijibu Ma´aruf.

Lile jini liliita kwa sauti ya juu, na mara ileile walitokea ngamia na farasi mia saba waliopambwa vizuri wakibeba makasha na makapu, wakifuatwa nyuma na watumwa mia waliovalia lebasi nzuri. Kufumba na kufumbua macho, yale makasha na makapu yalijaa ile hazina, yakapakiwa kwenye wale wanyama, na ule msafara ukawa tayari huku ukilindwa na wale watumwa.

"Na sasa, mtumwa wa pete," alisema Ma'aruf, "nahitaji robota mia chache za bidhaa mbalimbali za thamani."

"Ungependa vitambaa kutoka Sham (Syria) Ajemi (Persia) Bara Hindi, hariri ya Rumi (Roma), lasi kutoka Misri au Kashmiri?"

"Nataka robota za nguo za namna kwa namna na za rangi mbalimbali kutoka kila sehemu ya dunia. Na kila sampuli iwe na robota mia moja!"

"Nasikia na natii," lilijibu lile jini. "Sasa hivi nitatuma majini wangu waende katika nchi hizo za mbali na kesho asubuhi watarejea na vitu vyote hivyo ulivyovitaka."

Halafu Ma'aruf alilitaka lile jini limjengee pale jukwaa la hema na limletee maakuli mbalimbali na vinywaji. Lile jini lilitekeleza mara moja ile amri kwa kumjengea Ma'aruf hema zuri la turubali la hariri, na kumwandalia vyakula tofauti.

Wakati Ma'aruf alipokuwa tayari kuvifaidi vile vyakula, yule mzee mkulima alitokea akibeba bakuli lililojaa dengu kwa ajili ya mgeni wake, na kichwani kabeba gunia la nyasi kwa ajili ya farasi wa Ma'aruf. Lakini alipoona ule msafara mkubwa umesimamiwa na wale watumwa, na Ma'aruf akiwa mle hemani akihudumiwa na watumwa chungu nzima, akafikiri yule mgeni wake, bila shaka, ndiye mfalme mwenyewe! Akajiambia, "Nitarudi haraka kijijini nikamchinjie wale kuku wangu wawili nimchomee kwa ile siagi chache niliyo nayo."

Yule mzee alikuwa tayari kurudi kule kijijini alikotoka wakati Ma'aruf alipomwona, akaamrisha watumwa wake wakamlete mle hemani.

Wale watumwa walimwongoza yule mzee mpaka ndani huku yule mzee bado kashikilia lile bakuli la dengu na kichwani kabeba gunia la nyasi. Ma'aruf alisimama kumpokea, akamkaribisha akisema, "Umeniletea nini, rafiki yangu?"

"Seyyid yangu," alijibu yule mzee kwa kuona haya, "nilikuwa nimekuletea chakula na nyasi kwa ajili ya farasi wako. Lakini nakuomba msamaha kwa chakula hiki cha kimaskini. Ningejua kuwa wewe ni mfalme, ningekuchinjia kuku wangu wawili nilionao na kukukaangia kwa siagi."

"Usishtuke wala usiwe na wasiwasi, rafiki yangu," alijibu Ma'aruf. "Mimi si mfalme. Mfalme ni mkwe wangu. Kulitokea kutosikilizana baina yetu, nami nikaondoka huko bila kuaga. Amewatuma watumishi hawa kuja kunirudisha. Na hawa watumwa unaowaona, ni dalili ya kusameheana kwetu. Kesho asubuhi, Insha-Allah, nitarejea jijini."

Ma'aruf alimshukuru yule mkulima kwa ukarimu wake, akamkalisha karibu yake, akamwambia, "Wallahi, sitakula chochote isipokuwa chakula hiki ulichonikirimu nacho."

Ma'aruf aliwaamrisha wale watumwa wamwandalie yule mkulima vile vyakula vya aina mbalimbali na yeye mwenyewe akala ile dengu. Walipokula, Ma'aruf alilijaza dhahabu lile bakuli, akamkabidhi yule mzee akimwambia, "Chukua mali hii kwa aila yako na ukija kunitembelea mjini, utakaribishwa kwa mikono miwili na utatunukiwa zawadi nzuri zaidi."

Yule mzee alipokea ile dhahabu kwa shukrani nyingi, akarejea kwake kijijini, ikiwa ni vigumu sana kwake kuamini ile bahati nzuri iliyomwangukia.

Giza lilipoanza kutanda, watumwa wa msafara waliwaleta ndani ya hema wasichana wazuri warembo walioghani na kucheza ngoma na kumtumbuiza na kumstarehesha Ma´aruf.

Kulipokucha, Ma'aruf aliona wingu la vumbi likitokea mbali, na baada ya muda, aliona msururu wa ngamia ukiwakaribia. Ngamia wote walikuwa wamebeba robota za nguo za aina mbalimbali, wakiongozwa na jini aliyekuwa na umbo la mwanadamu. Ule msafara ulipowasili pale kwenye hema la Ma'aruf, yule kiongozi jini alishuka, akaibusu ardhi mbele ya Ma'aruf, akasema, "Kila ulilolitaka limekamilika, Seyyid yangu. Tafadhali na sasa tia mkono wako humu katika mfuko huu uvae lebasi maalumu niliyokuletea kwa ajili yako wewe mwenyewe. Ni ya thamani kuliko ya mfalme yeyote."

"Kuna kitu kimoja kimebaki," alisema Ma'aruf. "Kabla sijaondoka na msafara kuelekea mjini, nataka utangulie hadi Ikhtiyan-al-Khatan ukatangaze kwa mfalme kuwasili kwangu."

"Nimesikia na natii," lilijibu lile jini, na mara ileile lilijigeuza mwanadamu aliyevalia vizuri, likaondoka. Alifika kwenye kasri la mfalme wakati waziri alipokuwa akimwambia mfalme, "Usidanganyike tena, Seyyid yangu, kwa uongo wa yule laghai. Usiamini aslani kauli ya binti yako, kwani naapa kwa maisha yako, kuondoka kwa Ma'aruf hakukuhusiana na kuwasili kwa msafara wowote bali kulikuwa ni kutoweka kwake na kuokoa maisha yake."

Waziri alikuwa hajamaliza maneno, wakati yule jini aliyetumwa alipoingia, akaibusu ardhi mbele ya mfalme, akatamka, "Seyyid yangu, nakuletea salamu nyingi za heri kutoka kwa mkwe wako Ma'aruf ambaye, hivi sasa, analikaribia jiji akiuongoza msafara wake mkuu."

Baada ya kutamka maneno hayo, yule jini aliibusu tena sakafu mbele ya mfalme, akatoka haraka, akatoweka. Mfalme kusikia vile alifurahi kupita kiasi, akamgeukia waziri, akampigia kelele, "Mwenyezi Mungu akulaani, haini mkubwa mwovu we! Mpaka lini utaendelea kumharibia jina mkwe wangu na kumwita mwizi na mwongo?"

Waziri aliyeduwaa aliinamisha kichwa, wakati mfalme akinyanyuka akitoa amri jiji zima lipambwe kumkaribisha Ma'aruf. Halafu alituma ujumbe kwenda kuupokea huo msafara. Yeye mwenyewe alikwenda moja kwa moja mpaka katika chumba cha binti yake, akampasha ile habari nzuri. Binti mfalme alishangaa kumsikia baba yake akiongelea juu ya kuwasili kwa msafara, akafikiri, "Je, inawezekana kuwa huu ni ujanja mwingine wa Ma'aruf? Au hapo awali alikuwa akiyajaribu mapenzi yangu kwa kunivumbulia kisa cha umaskini wake?"

Aliyestaajabu zaidi ni mfanyabiashara Ali, rafiki wa mume wake. Aliposhuhudia zile ghasia zilizokuwa zikitendeka jijini, akajua kuwa ghasia zote zile ni kuandaliwa kwa kuwasili kwa Ma'aruf, akafikiri, "Ujanja gani mwingine huo anaokuja nao? Inawezekana kweli kuwa yule mtia viraka viatu vibovu ndiye anayekuja na msafara? Au ni ujanja mwingine alioutunga akisaidiwa na binti mfalme? Ninaloweza kusema ni: Mwenyezi Mungu amwepushie balaa jingine!"

Baada ya muda si mrefu, maandamano ya halaiki ya watu yaliyokwenda kuupokea huo msafara, yalirudi jijini. Akivalia joho la heshima, Ma'aruf alionekana amempanda farasi wake akitembea sambamba na mfalme, wakati ule msafara ukiongozana barabarani mle jijini. Wafanyabiashara walijazana barabarani, wakamzunguka mdeni wao, wakaibusu ardhi aliyoikanyaga Ma'aruf wakati alipopita. Ali, mfanyabiashara, alijisukuma mbele katika ile halaiki ya watu, akamkaribia Ma'aruf, akamnong'oneza, "Yote haya yametokeaje, wewe Sheikh wa wadanganyifu wakubwa? Hata hivyo, sina budi kusema kuwa, unastahili sifa kwa bahati nzuri uliyo nayo!"

Ule msafara na maandamano ya watu ulisimama mbele ya kasri la mfalme. Ma'aruf aliketi karibu na mfalme katika sebule kubwa. Hapo akawaamrisha watumwa wake wakajaze hazina ya mfalme kwa dhahabu na vito, na kufungua marobota ya vile vitambaa vya aina mbalimbali. Akachagua vitambaa vizuri vya hariri safi akawaambia waliowasimamia, "Bebeni hivi vitambaa vya hariri mkampelekee binti mfalme ili awagawie mashoga zake na yeye mwenyewe mpelekeeni kasha hili la vito ili akagawane na wajakazi na matowashi wake."

Halafu aliendelea kugawa mali kwa wakuu wa majeshi ya mfalme, kwa waungwana na kwa wake zao, kwa wadai wake wafanyabiashara na kwa fakiri wa jiji zima. Wakati wote huo mfalme, kwa uchungu mwingi, aliona jinsi mali nyingi nzurinzuri ikitoweka vile. Ma'aruf, kama kawaida yake, aliendelea kumwaga lulu, zumaridi, kushoto na kulia. Ndipo mfalme alimnong'oneza, "Inatosha sasa, mwanangu! Hatutabakiwa na chochote!" Lakini Ma'aruf alimjibu, "Msafara wangu hauishi vitu!"

Baada ya muda, waziri aliingia, akamwambia mfalme kuwa hazina imejaa pomoni. Lakini mfalme alimpigia kelele, "jazeni hata sebuleni na ukumbini!"

Baada ya muda, Ma'aruf alifanya haraka kwenda kwa mke wake aliyempokea kwa furaha kubwa, akambusu mkono, akimwambia, "La'azizi, ulikuwa ukinifanyia mzaha au ulikuwa ukijaribu mapenzi yangu hata ukajifanya fakiri wa kutupwa atiaye viatu viraka na aliyemkimbia mke mwenye ulimi wa upanga? Kwa kila ilivyo, namshukuru Allah sikukuangusha, mpenzi wangu."

Ma'aruf alimkumbatia mke wake, akamtolea lebasi iliyonakshiwa kwa nyùzi za zari na kupambwa kwa vito, akamtolea na mkufu wa lulu arobaini zilizo adimu, akampa bangili zilizotayarishwa kwa ufundi na sanaa ya ajabu kabisa. Mke wake alilia kwa furaha alipoona vitu vile, akasema, "Nitaviweka na kuvivaa siku ya sikukuu maalumu tu."

"La, mpenzi wangu," alisema Ma'aruf. "Kila siku nitakupa vitu vya tunu vya namna hii na bora zaidi!"

Halafu aliwaita wajakazi wa mle ndani, kila mmoja akamtunukia joho la heshima lililopambwa kwa dhahabu. Wote wakaonekana kama *huralaini* wa peponi wakati binti mfalme mwenyewe akinawiri katikati yao mithili ya mwezi mpevu wa kumi na tano kati ya nyota kwenye mbingu iliyo wazi!

Usiku mfalme alimwambia waziri, "Je, una la kusema sasa? Je, utajiri wa mkwe wangu haushindi maajabu mengine yoyote duniani?"

"Hakika, Seyyid yangu," alijibu waziri. "Utajiri wake si wa mfanyabiashara wa kawaida. Ni wapi mfanyabiashara wa kawaida anaweza kupata lulu na vito kama vile mkwe wako alivyovimwaga? Wafalme na wana wafalme hawana hazina ya namna ile. Bila shaka kuna sababu ngeni kabisa iliyosababisha tabia na utajiri wake. Kama unataka kujua siri yake, napendekeza, Seyyid yangu, siku moja umleweshe Ma'aruf akueleze utajiri wake unatokana na nini. Atakapozidiwa na divai, tutamshawishi kwa kumuuliza maswali mpaka atuambie ukweli. Hakika, hapa nilipo tayari naanza kumwogopa kwa ukarimu wake wote ule. Bila shaka, baada ya muda, ataweza kuwaathiri wanajeshi, akakupindua."

"Umesema maneno ya kijasiri," aliafiki mfalme. "Kesho tutatafuta ukweli."

Asubuhi ya pili, wakati mfalme ameketi kwenye majilisi yake, walinzi wa mazizi ya farasi wa mfalme waliingia ndani, wakaomba kuongea na mfalme, wakasema, "Seyyid yetu, wanyama wote wa ule msafara wa Ma'aruf wametoweka pamoja na watumwa wake wote; hatujua walikotowekea."

Akiwa na wasiwasi mwingi juu ya habari hii, mfalme alimwendea haraka Ma'aruf, akamwambia yaliyotokea. Ma'aruf alicheka tu, akamwambia mfalme, "Usitaharuki, Seyyid yangu. Kutoweka kwa wanyama hao, kwangu, si jambo kubwa; nikitaka wanyama wa aina yoyote, naweza kuwapata mara moja"'"

"Wallah," alifikiri mfalme kimoyomoyo akistaajabu, "huyu ni mtu wa namna gani asiyejali utajiri? Bila shaka pana sababu maalumu ya yote haya."

Jioni, wakati mfalme ameketi na Ma'aruf na waziri mkuu kwenye jukwaa maalumu bustanini huku divai ikimiminwa kwa wingi, na Ma´aruf alipolewa ndi bila kujua kushoto wala kulia, waziri alimuuliza, "Seyyid yetu, bado hujatueleza visa na mikasa uliyopambana nayo katika maisha yako. Tunakusihi, twambie jinsi ulivyofanikiwa kuupata utajiri wako usiokuwa na kifani na yote uliyopambana nayo katika maisha."

Ma'aruf aliyekuwa chakari kwa divai, aliwasimulia yote juu ya maisha yake, toka ndoa yake kule Qahira mpaka kupata kwake ile pete ya kichawi katika lile shamba la yule mzee mkulima.

"Unaweza kutuonyesha hiyo pete, Seyyid yetu?" aliuliza waziri.

Bila kufikiri wala kusitasita, Ma'aruf aliichomoa ile pete kidoleni mwake, akamkabidhi waziri akisema, "Hebu utazame huo muhuri na maandishi! Humo ndimo anamoishi mtumwa wangu jini!"

Mara ileile waziri aliivaa ile pete, akaisugua, na lile jini lilitokea, likasema, "Niko hapa! Uliza na utapata! Unataka nikujengee jiji kuu au unataka niteketeze jiji au nchi fulani?"

"Mtumwa wa pete," alijibu waziri akionyesha mkono kwa Ma'aruf. "Mchukue lusu huyu ukamtupe kwenye jangwa kame ambako atakufa kwa kiu na kwa njaa!"

Mara ileile lile jini lilimnyakua Ma'aruf, likapaa naye angani kati ya mbingu na ardhi. Baada ya muda lilimtua kwenye jangwa kavu kusikokuwa na maji wala dalili yoyote ya uhai.

Huko nyuma waziri alimgeukia mfalme akamwambia, "Sikukwambia mbwa huyu alikuwa ni mwongo tu mdanganyifu? Lakini hukunisikiliza!"

"Ulisema kweli, waziri wangu," alijibu mfalme. "Sasa nipe hiyo pete niiangalie."

Lakini waziri alimtemea mate usoni, akamfokea, "Mpumbavu wa mwisho we! Unategemea mimi kubaki kuwa mtumishi wako wakati ninaweza kuwa bwana wako?"

Alipotamka maneno hayo, waziri aliisugua tena ile pete, akamwamrisha jini, "Mchukue na huyu balaa ukamtupe kule ulikomtupa mkwe wake, mtia viatu viraka!"

Lile jini mara ileile lilimbeba mfalme mgongoni, likapaa naye hewani, likamtua katikati ya jangwa, ambako mfalme na mkwe wake walikaa kwa huzuni wakiomboleza pamoja kwa yale masaibu yaliyowapata. Hayo ndiyo yaliyowasibu.

Huko nyuma waziri aliwaita waungwana wa majilisi pamoja na majemadari wa majeshi yote, akajitangaza mbele yao kuwa yeye ndiye sasa Sultani wao. Aliwaeleza kuwa, kwa kutumia pete ile ya kichawi aliyokuwa nayo, amewatokomezea mbali mfalme na Ma'aruf, akaitisha majilisi nzima, akisema, "Kama mtu yeyote atathubutu kunipinga, naye nitamtokomeza jangwani, akafe kwa kiu na kwa njaa kama mfalme na Ma'aruf!"

Wakiingiwa na hofu, wote waliapa kuwa watamtii, na waziri, baada ya kuwapandisha cheo wapenzi wake na kuwafukuza kazi maadui zake, alituma taarifa kwa binti mfalme kuwa ajitayarishe kumpokea usiku ule, kwani ana hamu naye sana!

Binti mfalme aliyejaa huzuni na msiba kwa kupindulia kwa baba yake, na kutokomezwa pamoja na mume wake kusikojulikana, aliijibu ile taarifa kwa kusema waziri akaambiwe hivi: "Siwezi kukupokea mpaka utakaponioa kihalali niwe mke wako." Lakini waziri alijibu, "Kamwambieni mimi sijui wala sijali hati za ndoa, wala sikubali kauli yako. Nataka kuja kwako sasa hivi!"

"Basi, kamwambie aje, atakaribishwa," binti mfalme alimtuma towashi akamwambie hivyo huyo Sultani mpya.

Binti mfalme alijipamba kwa lebasi ya hariri na vito vya tunu, akajipaka uturi, akamsubiri waziri. Alipoingia, alimkaribisha kwa mapenzi mengi akitabasamu akisema, "Heshima iliyoje hii uliyonifanyia, Seyyid yangu! Huu, bila shaka, utakuwa usiku wa raha, furaha na starehe nyingi isiyo kifani!"

Binti mfalme alimkaribisha waziri aketi karibu yake, akimshikashika na kumchezeachezea mpaka waziri akili zikampotea! Wakati alipotaka kumvamia na kumshika na kumkumbatia, binti mfalme alipiga kelele, akaruka nyuma, akiuficha uso wake!

"Je, una nini bibiye?" aliuliza waziri kwa mshangao.

"Unataka kunivua nguo mbele ya mgeni?" aliuliza binti mfalme huku akijiliza.

"Mgeni yupi?" aliuliza waziri kwa mshangao.

"Huyo, ndani ya pete yako!" alijibu binti mfalme.

Waziri alicheka, akasema, "Mpenzi, bibiye, huyo si mtu bali ni jini wangu mwaminifu."

Lakini binti mfalme alizidi kupaza sauti, akisema, "Hilo jini linanitisha! Tafadhali, liweke mbali kwa ajili yangu!"

Akiwa na hamu sana na binti mfalme, waziri aliivua ile pete kutoka kidoleni mwake, akaificha chini ya mto. Ndipo binti mfalme alipomwacha amsogelee. Alipomkaribia, binti mfalme alimpiga teke la nguvu tumboni, waziri akaanguka chini, akapotewa na fahamu. Binti mfalme alipiga kelele, na mara ileile wajakazi wake arobaini aliowatayarisha waliingia ghafla mle ndani, wakamshika waziri, wakati yeye mwenyewe akiinyakua ile pete, akaisugua, akaliambia lile jini, "Mchukue huyu msaliti ukamtumbukize ndani ya handaki la giza lililoko chini ya kasri hili umfunge vizuri, halafu ukanirudishie baba yangu na mume wangu!"

"Nasikia na natii!" lilijibu lile jini; na mara ileile lilimnyakua waziri, likaenda likamtupa katika handaki la giza mle chini ya kasri. Halafu likapaa hadi kule jangwani. Baada ya muda mfupi, lilirejea likiwabeba mfalme na Ma´aruf, wote wawili wakiwa taabani kwa woga, njaa, na kiu.

Binti mfalme alifurahi sana kuwaona tena. Mara ileile aliwapatia chakula na vinywaji, akawaambia jinsi alivyomshinda waziri na kumtokomeza handakini.

"Tutamfunga kwenye nguzo na kumteketeza kwa moto wakati akiwa hai!" alisema mfalme kwa hasira. "Lakini hebu nipe hiyo pete kwanza, binti yangu."

Lakini binti mfalme alimjibu baba yake, "Pete hii itabaki kidoleni mwangu toka sasa, mimi ndiye nitakayeitunza."

Asubuhi ya pili mfalme na Ma'aruf waliingia majilisini, na wanamajilisi walishangaa kuwaona tena. Waliibusu sakafu mbele ya miguu yao, wakawakaribisha kwa furaha na vifijo. Halafu nguzo moja nene, madhubuti, ilisimamishwa uwanjani mbele ya kasri, waziri akafungwa nguzoni, akachomwa moto wakati umati wa watu ukishuhudia.

Ma'aruf alichaguliwa kuwa waziri mkuu na mrithi wa kiti cha enzi. Akishirikiana na mfalme mkwe wake, Ma'aruf alitawala vizuri, akaishi na mke wake kwa furaha. Baada ya muda, binti mfalme alijifungua mtoto wa kiume.

Miaka mitano ilipopita, mfalme alifariki dunia akifuatwa na binti yake baada ya miaka si mingi. Walakini, kabla hajafa, binti mfalme alimkabidhi Ma'aruf ile pete akimuusia aitunze vizuri na amtunze na amlee vizuri mtoto wao.

Mfalme Ma'aruf alitawala vizuri na kwa haki kwa muda wa miaka mingi akipendwa na raia wote. Walakini, usiku mmoja, wakati alipoingia kitandani mwake, alishangaa kumwona ajuza mmoja kanyanyuka ghafla kutoka mle kitandani, akamzungushia mikono shingoni!

"Mwenyezi Mungu atuepushe maovu!" alipiga kelele Ma'aruf akamuuliza, "Wewe ni nani?"

"Usiogope!" alijibu yule ajuza. "Mimi ni mkeo, Fatimah!"

Ma´aruf alimtambua alipoyaona meno yake marefu ya mbele japokuwa alichakaa kwa sura. "Umekujaje hapa?" aliuliza Ma'aruf kwa mshangao mkubwa. "Na ni nani aliyekuleta katika jiji hili?"

"Jana usiku," alijibu Fatimah, "wakati nimekaa barabarani kwenye ukuta mmoja wa jumba bovu, nikiwaomba sadaka wapita njia nikiomboleza kwa shida niliyokuwa nayo, nilitokewa na jini, likaniuliza, "Kwa nini unalia hivyo, wewe kibibi?" Nilipomweleza masaibu na bahati yangu mbaya toka kuondoka kwako, na kwamba jina langu ni Fatimah, mke wa Ma'aruf, ambaye zamani alikuwa mshona viatu katika mtaa wa Barabara Nyekundu, yule jini aliniambia, "Namjua mume wako. Sasa ni mfalme wa jiji la Ikhtiyan-al-Khatan, na kama unataka, nitakupeleka kwake."

Yule jini alinibeba mgongoni mwake, akapaa nami kati ya mbingu na ardhi mpaka akanitua juu ya dari ya kasri hili, akaniingiza humu ndani, akanilaza humu kitandani mwako."

Yule ajuza alianza kulia, akampigia magoti Ma'aruf, mume wake, akamsihi amsamehe. Ma'aruf alimwonea huruma, akamnyanyua, akamkalisha karibu yake, na yeye akamweleza yote yaliyompata toka alipoondoka Qahira mpaka kuwasili kwake katika lile jiji na kuwa mfalme. Baada ya hapo, alimtayarishia Fatimah kasri zuri la kuishi, akamwekea na wajakazi ishirini wa kumhudumia.

Lakini Fatimah alipoona mume wake hamwendei wala hakisogelei kitanda anachokilalia, na anawaendea wanawake wengine, aliingiwa na wivu, ile tabia yake mbaya – kwani tabia ya mtu haibadiliki! – ilimrudia, akafikiri jinsi ya kumwangamiza mume wake. Usiku mmoja, wakati Ma'aruf amelala, na ile pete ameiweka chini ya mto, Fatimah alikinyemelea chumba chake, akaingia ndani, akakikaribia kile kitanda. Taratibu alitia mkono chini ya ule mto, akaichukua ile pete kutoka chini ya mto.

Ilitukia kuwa, wakati Fatimah akifanya hivyo, mwana wa Ma´aruf, ambaye sasa alikuwa kijana mkubwa, alikuwa akipita karibu na mlango wa chumba cha baba yake, akamwona Fatimah akiingia ndani. Alimfuata taratibu mpaka ndani. Alipomwona ameitia ile pete kidoleni, na yuko tayari kuisugua, alifuta upanga aliokuwa nao, akamkata kichwa! Akipiga kelele, Fatimah alianguka chini, akakata roho.

Hapo mwana mfalme alimkimbilia baba yake, akamwamsha. Ma'aruf alipoona yaliyotokea, alimsifu mwanawe kwa ushujaa wake, akaichomoa ile pete kidoleni mwa ile maiti ya Fatimah, akaivaa. Halafu aliwaaita watumishi wake, akawaambia waichukue ile maiti, wakaizike kwenye uwanja wa kasri. Huo ndio mwisho wa Fatimah.

Ili asiwe peke yake, Ma'aruf alimwoa binti wa yule mzee mkulima aliyemkirimu kule shamba na alikopata ile hazina na mkwe wake, yule mzee mkulima, akamfanya waziri mkuu.

Mfalme Ma'aruf alitawala kwa muda wa miaka mingi mpaka siku zake naye zilipokwisha na ufalme wake ukarithiwa na mwanawe.

*　*　*

Baada ya Shahrazad kusimulia kisa hiki cha kusisimua cha Ma'aruf, Duniyazad, kama kawaida yake, alisema kuwa hicho nacho hakika kilikuwa ni kisa kizuri na cha ajabu sana. Ndipo dada yake alipomwambia kuwa, kisa cha mawaziri kumi na visa vingine vingi vinavyofumuka humo ni vizuri zaidi na kwamba yuko tayari kuwasimulia kama mfalme atakuwa radhi. Mfalme Shahriyar aliyevutiwa sana na masimulizi ya mke wake bila kusita alimwambia asimulie na Shahrazad alianza kuwasimulia kisa cha mawaziri kumi au kwa jina jingine, mfalme Azad Bakht na Mwanawe.

Faharasa

nadhifu	–	safi; enye kupendeza
wishwa	–	mapepe; pumba au makapi yatokayo katika nafaka iliyokobolewa
duru	–	enda kwa mzunguko; enda kwa noba
Nairuzi	–	sikukuu ya mwaka mpya ya Ki-Ajemi (KiIran)
Beyram	–	sikukuu ya kuchinja na kutoa kafara
Rajah (Kihindi)	–	Sultani, mfalme
Seyyida tuna	–	bibi yetu
Seyyiddatina	–	bibi yangu
Seredani	–	jiko la makaa
Tufe (-), (ma-)	–	mpira
Allahu `Alim	–	Mwenyezi Mungu ndiye Ajuaye
Kapera	–	mwanamume ambaye hajaoa; mwanamume asiye na mke
Haram	–	(ma)piramidi
Beta al Muqaddas	–	Jarusalem; mahali patakatifu
Mmaghri bina	–	mtu kutoka nchi za (Kaskazini) Magharibi ya Afrika
Fatiha	–	sura ya kwanza ya Kurani Tukufu iitwayo Alhamdu
Sihiri	–	uchawi
Maqbul	–	nakubali; imekubalika
Sheikh al-islam	–	mufti wa Waislamu
Kunafah	–	namna ya mkate au tambi nene zinazokaangwa kwa sukari
Hural`ayn	–	(hurulaini) wanawake wazuri wa peponi

Ukitaka kuifaidi hadithi ya mawaziri kumi, na hadithi nyingine nyingi zilizomo humo, usikose kusoma kitabu cha tano cha hadithi mpya za kusisimua za Alfu Lela U Lela